கவிஞனின் மனைவி

லியோ டால்ஸ்டாய்
ஆஷாபூர்ணா தேவி
பிபுல் கடானியர்
மஹாஸ்வேதா தேவி

தமிழில் : எம்.ஏ.சுசீலா

நற்றிணை பதிப்பகம்

கவிஞனின் மனைவி * மொழிபெயர்ப்புச் சிறுகதை * தமிழில் : எம்.ஏ.சுசீலா * மொழிபெயர்ப்பு உரிமை எம்.ஏ.சுசீலா * முதல் பதிப்பு: ஏப்ரல் 2019 * வெளியீடு: நற்றிணை பதிப்பகம் (பி) லிமிடெட் * பிளாட் எண்: 45, சாய் கவின்ஸ் குமரன் அபார்ட்மெண்ட்ஸ், ஸ்ரீ தேவி கருமாரியம்மன் நகர், கிருஷ்ணா நகர் பிரதான சாலை, நூம்பல், ஐயப்பன் தாங்கல், சென்னை – 600 077.

விற்பனை அலுவலகம்:
எண். 89, ராஹத் பிளாசா,
172, ஆற்காடு சாலை, வடபழனி,
சென்னை – 600 026.

* தொலைபேசி : +91 94861 77208
* மின்னஞ்சல் : natrinaipathippagam@gmail.com

* அச்சாக்கம் : சாய் தென்றல் பிரிண்டர்ஸ், சென்னை - 600005
* Mobile : +91 95005 98012, 94429 56725
* மின்னஞ்சல் : saithendralprinters@gmail.com

* இணையம் மூலம் புத்தகம் வாங்க : www. natrinai.in

மின்வெட்டாய் சில தரிசனங்கள்

எம். ஏ. சுசீலா

'நம் நற்றிணை' இலக்கிய இதழுக்காகவும், 'சொல்வனம்' இணைய இதழுக்காகவும் நான் அவ்வப்போது மொழிபெயர்த்து வந்த ஞான பீடப் பரிசுபெற்ற இந்திய எழுத்தாளர்கள் மஹாஸ்வேதா தேவி, ஆஷாபூர்ணா தேவி ஆகியோரின் சிறுகதைகள், உலக இலக்கிய மேதை டால்ஸ்டாயின் குறுங்கதைகள், இன்னும் சில இந்திய மொழிக் கதைகள் எனப் பல மொழிபெயர்ப்புச் சிறுகதைகளின் ஒரு தொகுப்பு நூலாக 'கவிஞனின் மனைவி' வெளியாகும் இத்தருணம் எனக்கு மகிழ்வும் நிறைவும் அளிக்கிறது.

விரிந்த பரப்புடன் தாங்கள் உருவாக்கியிருக்கும் மிகப் பெரிய நாவல்களுக்குச் சற்றும் சளைக்காத சிறப்புக்கொண்டிருப்பவை டால்ஸ்டாயின் சிறு கதைகளும், மஹாஸ்வேதா தேவி, ஆஷாபூர்ணா தேவி ஆகியோரின் சிறுகதைகளும்.

குறுகத் தரித்த குறள்போல. சிறுகதைக்குரிய வடிவச்செம்மையும் கட்டுக்கோப்பான ஒருமைப்பாடும் குலையாமல் மின்னல் வெட்டுப் போன்ற சிறியதொரு தெறிப்பில் காலத்தால் அழியாத வாழ்வியல் உண்மைகளை தரிசனப்படுத்தும் கலைநயம் மிகுந்த அந்த ஆக்கங்கள். அவர்களுடைய நாவல்களைப் போன்ற இலக்கிய மதிப்பையும் உடன் கொண்டிருப்பவை.

வங்க எழுத்தாளர்களான மஹாஸ்வேதா தேவி, ஆஷாபூர்ணா தேவி ஆகியோர் பற்றிக் குறிப்பிடும் வெங்கட் சுவாமிநாதன், "19-ஆம் நூற்றாண்டின் தொடக்கத்திலிருந்தே, சமூக எதிர்ப்பு களையும், வறுமையையும் குடும்பச் சுமைகளையும், படிப்பறிவில்லா நிலைகளையும் மீறி எழுத்தை ஒரு போராட்டமாகவே கொண்டு வாழ்ந்து மறைந்த பெண் எழுத்தாளர்களின் ஒரு நூற்றாண்டு நீண்ட

மரபு, ஆஷாபூர்ணா தேவியின் தடைகளற்ற எழுத்து வாழ்வுக்கு ஆதரவான பாதை ஒன்றை அமைத்துக் கொடுத்திருந்தது. அம்மரபு ஆஷாபூர்ணா தேவியைத் தொடர்ந்து இன்னும் வேகத்தோடு மஹாஸ்வேதா தேவியிடம் காணப்படுகிறது" என்கிறார்.

தன் சொந்த வாழ்க்கையில் தான் கேட்ட குரலையும், தான் வாழ்ந்த காலத்தில் - தன்னைச் சுற்றியிருந்த சமூகத்தில் தான் உணர்ந்த அன்றாட வாழ்வனுபவங்களையும் தன் 'பிரதம பிரதிசுருதி' - [முதல் சபதம்] என்னும் மிகப்பெரும் புனைவிலும், தன் சிறுகதைகளிலும் நுட்பமான பதிவுகளாக்கும் ஆஷாபூர்ணா தேவியின் 'கசாப்புக்காரர்' சிறுகதை, வங்காளக் கூட்டுக்குடும்பங்களில் பெண்ணின் நிலை குறித்துப் பேசுகிறது. தான் ஒரு பெண்ணாகவே இருந்தாலும், எதிரான வேறொரு தரப்பை எடுத்துக்கொண்டு இதில் பேசியிருக்கும் ஆஷாபூர்ணா தேவி, பெண்ணுக்கான மீட்சி அவளிடமிருந்துதான் வரவேண்டும் என்பதையும் வேறெந்தக் கழிவிரக்கமும் அவளுக்குத் தேவையில்லை என்பதையும் அழுத்த மாய்ச் சொல்லியிருக்கும் அற்புதமான சிறுகதை இது.

ஆதிவாசிகள் குறித்தும், மனித உரிமைகள் பற்றியும் மிகுதியாக எழுதியும் பேசியும் வந்ததோடு தீவிரக் களச்செயற்பாட்டாளராகவும் விளங்கிய சமூகப்போராளி மஹாஸ்வேதா தேவி, விளிம்பு நிலை மக்களின் போராட்டங்கள் பலவற்றிலும் பங்கேற்றிருப்பதாலேயே - அரச வாழ்வின் சுயநலங்களுக்குக் களப்பலியாகும் எத்தனையோ அப்பாவி மக்களின் சார்பாக நின்று 'குந்தியும் நிஷாதப் பெண்ணும்' என்னும் சிறுகதையை மகாபாரதம் தழுவிய மறு ஆக்கமாக அறச் சீற்றத்தோடு - கலைநயமும் கெடாமல் அவரால் செய்ய முடிந்திருக் கிறது. முத்தலாக் மரபின் இன்னொரு பக்கத்தை எடுத்துக்காட்டும் அவரது 'தலாக்' சிறுகதையும், மெய்யான அங்கீகாரத்துக்கு ஏங்கும் கண்பார்வையற்ற ஓர் ஏழைக்கவிஞனுக்காக ஆரவார வெற்றுக் கூச்சல்களுக்கு இடையே மாட்டிக்கொண்டு அவன் மனைவி அனுபவிக்க நேரும் உணர்வுப் போராட்டங்களைச் சொல்லும் 'கவிஞனின் மனைவி'யும் இன்றைய சமகாலச்சூழலுக்கு மிகவும் பொருத்தமானவை.

மஹாஸ்வேதா தேவியின் எழுத்துகள் ஆரவார கோஷங் களுடன் சத்தமிடுபவை என்ற பொதுப்படையான அனுமானத்தை உடைத்தெறிந்து அடங்கிய குரலில் - சொல்ல வந்த செய்தியின் ஆழத்துக்கு நம்மை இட்டுச்செல்லும் வல்லமை கொண்டவை என்பதன் நிரூபணங்கள் இந்நூலிலுள்ள அவருடைய கதைகள்.

மதம், பிரார்த்தனை, ஜெபம், ஆன்மிகம் ஆகியவற்றின் மீது கூர்மையான பல விமரிசனங்களை மிக இயல்பாக முன் வைக்கிறது

இத்தொகுப்பில் இடம்பெற்றிருக்கும் உலகப்புகழ்பெற்ற டால்ஸ்டாயின் 'மூன்று துறவிகள்' என்னும் கதை. ரஷியாவின் வோல்கா மாகாணத்தில் வழங்கிவரும் ஒரு பழங்கதை என்ற முன்குறிப்போடு 1886இல் இதை எழுதியிருக்கும் டால்ஸ்டாய், "நீங்கள் ஜெபம் செய்யும்போது அஞ்ஞானிகளைப் போலத் தேவையில்லாமல் வார்த்தைகளைத் திரும்பத் திரும்பச் சொல்லி விரயமாக்காதீர்கள். அவர்கள் அதிகமான வார்த்தைகளைச் சொல்வதனாலேயே தங்கள் பிரார்த்தனை கேட்கப்படுமென நினைக்கிறார்கள்; அவர்களைப்போல நீங்கள் இருக்க வேண்டாம். உங்கள் பிதாவை நோக்கி நீங்கள் வேண்டிக்கொள்வதற்கு முன்னமே உங்களுக்கு இன்னது தேவை என்று அவர் அறிந்திருக்கிறார்" என்னும் விவிலிய வாசகங்களையும் உடன் சேர்த்தபடி கதைப்பொருளுக்குக் கூடுதல் அழுத்தம் தர முனைந்திருப்பது குறிப்பான கவனத்துக்குரியது. அவரது மற்றொரு கதையான 'கரடி வேட்டை' மனிதனிடம் குடிகொண்டிருக்கும் வேட்டை வெறியை, தனக்குத் தீங்கு செய்யாமல் ஒதுங்கிப்போன பிறகும்கூட ஆவேசத்துடன் விரட்டி விரட்டி அந்த மிருகத்தை அழித்துத் தீர்த்த பிறகே அடங்கும் அவனது தணியாத தாகத்தை அப்பட்டமாக முன்வைக்கிறது. பனி படர்ந்த அடர்காடு ஒன்றில் கரடி வேட்டைக்குச் செல்லும்போது எதிர்ப்படும் ஒவ்வொரு அசைவையும் நுணுக்கமாகச் சொல்லிக்கொண்டு போகும் டால்ஸ்டாய், விலங்கு-மனிதன் என்னும் இருவேறு நிலைகளை எதிரெதிர் வைத்தபடி, உண்மையில் யார் விலங்கு என்னும் தேடலுக்குள் வாசகர்களை இட்டுச் சென்றபடி, கதையின் மெய்யான சாரத்தை உணர்த்திவிடுகிறார்.

இத்தொகுப்பு நூல் வெளிவருவதில் மிகுந்த ஆர்வம் காட்டிய நண்பர் யுகனுக்கும், இதனை வெளியிடும் நற்றிணை பதிப்பகத் தாருக்கும் என் நன்றிகள்.

பொருளடக்கம்

1. கரடி வேட்டை — 9
2. மூன்று துறவிகள் — 23
3. காளையும் காளை சார்ந்ததும் — 36
4. கசாப்புக்காரர் — 43
5. கவிஞனின் மனைவி — 56
6. குந்தியும் நிஷாதப் பெண்ணும் — 75
7. தலாக் — 95

லியோ டால்ஸ்டாய்

ரஷ்யாவின் தொன்மையான பிரபுத்துவ குடும்பத்தைச் சேர்ந்த லியோ டால்ஸ்டாய் உலக இலக்கிய மாமேதைகளுள் ஒருவர்.

19ஆம் நூற்றாண்டின் ரஷ்ய வாழ்க்கையை சித்தரிக்கும் 'போரும் அமைதியும்', 'அன்னா கரீனினா' போன்ற இவரது பிரம்மாண்டமான ஆக்கங்கள் காலம் கடந்த போற்றுதலுக்கும் பாராட்டுக்கும் உரியவை. தன் சமகாலப்படைப்பாளிகளான ஃபியோதர் தஸ்தயெவ்ஸ்கி, ஆண்டன் செக்காவ் போன்றோரால் பெரிதும் கொண்டாடப்பட்ட டால்ஸ்டாய் மிகச்சிறந்த சிந்தனையாளர், சிறுகதை ஆசிரியர்; கட்டுரையாளர், மற்றும் நாடக ஆசிரியர்.

குழந்தைப்பருவத்திலிருந்து வாலிபப்பருவம் வரை தன் வாழ்க்கைப் பின்னணியைப் புனைவாக்கி அவர் அளித்த மூன்று ஆக்கங்களே அவருக்கான முதல் இலக்கிய அங்கீகாரத்தைப் பெற்றுத் தந்தவை. கிரீமியப்போரில் அவர் பெற்ற அனுபவங்களை அடிப்படையாகக் கொண்டவை அவை.

1870ஆம் ஆண்டுக்குப்பின் டால்ஸ்டாய் உருவாக்கிய புனைவுகளும், குட்டிக்கதைகளும், கட்டுரைகளும் மதம் மற்றும் ஆன்மீகம் சார்ந்தவையாய் மாறிப்போனதற்கு அவர் பெற்ற ஆன்மீக விழிப்புணர்வே காரணம் எனச் சொல்லப் படுகிறது. சமூக சேவையிலும் அகிம்சாவாதத்திலும் நாட்டம் கொண்டிருந்த லியோ டால்ஸ்டாயின் பாதிப்பு மகாத்மா காந்தி, மார்ட்டின் லூதர் கிங் போன்றோரின் ஆளுமைகளிலும் கணிசமான தாக்கத்தை ஏற்படுத்தியிருக்கிறது.

• ரஷ்யச் சிறுகதை

கரடி வேட்டை
லியோ டால்ஸ்டாய்

நாங்கள் கரடி வேட்டைக்காகச் சென்றிருந்தோம். என் கூட்டாளி ஒரு கரடியைச் சுட்டான்; ஆனால் அது ஒரு காயத்தை மட்டுமே ஏற்படுத்தியது. பனியின் மீது இரத்தத் துளிகள் படிந்திருந்தாலும் கரடி தப்பித்துப் போய்விட்டது. அந்தக் கரடியை உடனே பின்தொடர்ந்து செல்வதா அல்லது இரண்டு மூன்று நாட்களில் அது தன் இடத்துக்குத் திரும்பியதும் பார்த்துக்கொள்வதா என்பதை முடிவு செய்வதற்காக நாங்கள் எல்லோரும் காட்டில் ஒன்றுகூடிப் பேசினோம். அங்கே இருந்த நாட்டுப்புறத்துக் கரடிவித்தைக்காரர்களிடம் அன்றைக்குள் அந்தக் கரடியைச் சுற்றி வளைப்பது சாத்தியம் தானா என்று கேட்டோம்.

வயதான ஒரு கரடி வித்தைக்காரர் "இல்லை, அது முடியாது" என்றார்.

"அந்தக் கரடி கொஞ்சம் சாந்தமடையும் வரை நீங்கள் அதை விட்டுவிட வேண்டும்; பிறகு ஐந்து நாட்களுக்குள் அதைச் சுற்றி வளைத்துவிடலாம்; இப்பொழுதே அதைப் பின்தொடர்ந்து போனால், நீங்கள் அதை பயம் காட்டி விரட்டுவதைப்போல ஆகி விடும். அப்புறம் அது ஒருபோதும் ஓரிடத்தில் தங்காது."

ஆனால் வயதில் இளையவனாக இருந்த இன்னொரு கரடி வித்தைக்காரனோ, வயதானவர் சொன்ன அந்த வார்த்தைகளை மறுத்தான். அந்தக் கரடியை இப்போதே சுற்றி வளைக்க முடியும், அது சாத்தியமே என்றான் அவன்.

"இத்தனை பனி இருக்கும்போது மிகவும் பருமனான அந்தக் கரடியால் வெகு தொலைவு செல்ல முடியாது" என்றான் அவன்.

"இன்று மாலைக்குள்ளேயே அது ஓரிடத்தில் தங்கிவிடும். அப்படி இல்லாவிட்டாலும் பனிக் காலணிகளைப் போட்டுக்கொண்டு அதை நான் விரட்டிப் பிடித்துவிடுவேன்."

என்னோடு வேட்டைக்கு வந்திருந்த கூட்டாளி, அந்தக் கரடியைப் பின்தொடர்ந்து செல்வதை விரும்பவில்லை. கொஞ்சம் காத்திருந்தால் நல்லதென்றே ஆலோசனை கூறினான் அவன்.

ஆனால் நான் இவ்வாறு சொன்னேன்,

"இதைப் பற்றி நாம் விவாதித்துக்கொண்டிருக்க வேண்டாம். உன் விருப்பபடி நீ செய்துகொள். ஆனால் நான் இப்போது அது போன சுவடுகளைத் தொடர்ந்து தமியானோடு செல்லப்போகிறேன். கரடியை நம்மால் சுற்றி வளைக்க முடிந்தால் நல்லது; இல்லா விட்டாலும் நாம் எதையும் இழக்கப்போவதில்லை. இன்று அப்படி ஒன்றும் அதிகமான நேரமும் ஆகிவிடவில்லை; மேலும் இன்று இதைத் தவிர நாம் செய்வதற்கு வேறு எந்த வேலையும் இல்லை."

அதன் பிறகு எல்லா ஏற்பாடுகளும் தயாராயின. மற்றவர்கள் ஸ்லெட்ஜ் வண்டியில் கிராமத்துக்குத் திரும்பிச் சென்றனர். தமியானும் நானும் கொஞ்சம் ரொட்டித் துண்டுகளை மட்டும் எடுத்துக் கொண்டு காட்டிலேயே தங்கிவிட்டோம்.

அவர்களெல்லாம் கிளம்பிச் சென்ற பிறகு தமியானும், நானும் எங்கள் துப்பாக்கிகளை சரிபார்த்துக் கொண்டு குளிருக்குக் கதகதப் பான மேல்கோட்டுகளை பெல்டுக்குள் செருகிக்கொண்டு கரடி சென்ற தடங்களைத் தொடர்ந்து செல்லத் தொடங்கினோம்.

உறைபனியுடன் கூடிய பருவநிலை, அமைதியாகவும் நன்றாகவும் இருந்தபோதும், பனிக் காலணிகள் அணிந்தபடி பனிக்குள் பயணம் செய்வதுதான் மிகவும் சிரமமாக இருந்தது. பனி ஆழமாகவும் மென்மையாகவும் இருந்தது; காட்டில் அது இன்னும் கெட்டிப்படத் தொடங்கியிருக்கவில்லை; முதல்நாள்தான் புதிய பனிப் பொழிவு ஒன்றும் ஏற்பட்டிருந்தது. அதனால் எங்கள் பனிக் காலணிகள் ஆறங்குல ஆழத்திலோ அதற்கும் கூடுதலாகவோ பனிக்குள் புதைந்து போய்க் கொண்டிருந்தன.

கரடி சென்றிருந்த சுவடுகள் மற்றும் தடங்கள் சிறிது தொலைவி லிருந்தே எங்களுக்குப் புலப்பட்டுவிட்டதால் அது எந்த வழியில் சென்றிருக்கக் கூடும் என்பதை எங்களால் ஊகிக்க முடிந்தது. இடுப்புப் பகுதி வரை பனிக்குள் அழுந்தியபடி பனியில் துழாவிக் கொண்டு தான் அது சென்றிருக்க முடியும். தொடக்கத்தில் பெரிய மரங்களுக்குக் கீழே இருந்த வரை அதன் சுவடுகளை நாங்கள் தொடர்ந்துகொண்டு வந்தோம். சிறிய தேவதாருச்செடிகள் புதராக மண்டியிருந்த இடங்களுக்கு அருகில் வந்ததும் தமியான் நடப்பதை நிறுத்தி விட்டான்.

"இனிமேல் நாம் அதன் தடங்களைத் தொடர்ந்து செல்ல வேண்டியதில்லை" என்றான் அவன். "அது இங்கேதான் எங்காவது

ஒளிந்துகொண்டிருக்கும்; இங்கே இருக்கும் பனியைப் பார்த்தாலே அதில் அளைந்து கொண்டுதான் அது போயிருக்கும் என்பதை உங்களால் கண்டுகொள்ள முடியும். இனிமேல் அதன் தடங்களை விட்டுவிட்டு இங்கே சுற்றி வந்து பார்ப்போம். ஆனால் நாம் சத்தமே காட்டாமல் மிகவும் அமைதியாகப் போக வேண்டும். இருமவோ இரைச்சல் போடவோ செய்யாதீர்கள்..! அப்படியெல்லாம் செய்தால் அதை பயமுறுத்தி விரட்டுவதைப் போலாகிவிடும்."

அவன் அவ்வாறு சொன்னதால், அதன் தடங்களைத் தொடர் வதை விட்டுவிட்டு இடப்புறமாகத் திரும்பிச் செல்லத் தொடங்கினோம். ஆனால் 500 கஜதூரம் செல்வதற்குள்ளேயே மீண்டும் அந்தக் கரடியின் தடங்கள் எங்கள் முன் தென்பட்டுவிட்டன. அவற்றைத் தொடர்ந்து கொண்டே சென்றபோது அவை அங்கிருந்து வெளியேறி, ஒரு சாலைக்கு எங்களைக் கொண்டு வந்து சேர்த்தன.

அங்கே சற்று நேரம் நின்றபடி, அது எந்த வழியில் சென்றிருக்கக் கூடும் என்று அந்தச் சாலையைச் சற்று ஆராய்ந்து பார்த்தோம். பனிக்குள் கரடியின் பாதங்கள், நகங்கள் ஆகியவை ஆங்காங்கே பதிந்திருந்த சுவடுகள் இருந்தன; ஒரு கிராமத்தானின் முரட்டுத் தோல் காலணிகளின் தடங்களும் அங்கங்கே தென்பட்டன. அந்தக் கரடி நிச்சயம் அந்தக் கிராமத்தை நோக்கித்தான் போயிருக்க வேண்டும்.

நாங்கள் அந்தச் சாலையில் தொடர்ந்து போய்க்கொண்டிருந்த போது தமியான் இவ்வாறு குறிப்பிட்டான்.

"இனிமேல் சாலையைப் பார்த்துக் கொண்டிருப்பதில் பயனில்லை; சாலையின் இரண்டு பக்கங்களிலும் படிந்திருக்கும் பனி யிலுள்ள அடையாளங்களை வைத்து அது வலப்புறம் சென்றிருக்கிறதா இடப்புறம் சென்றுவிட்டதா என்று பார்க்க வேண்டும். அது ஏதாவது ஒரு பக்கம் திரும்பிப் போயிருக்குமே தவிர, நிச்சயம் அது கிராமத்துப் பக்கம் போயிருக்காது.

நாங்கள் கிட்டத்தட்ட ஒரு மைல் தூரம் அந்தச் சாலை வழியாகவே சென்றோம்; அதன் பிறகு அந்தக் கரடியின் தடங்கள் சாலையை விட்டு விலகிப் போயிருந்ததைப் பார்க்க முடிந்தது. அதைச் சோதித்துப் பார்த்தோம்; ஆனால் என்ன ஆச்சரியம்? அது கரடியின் கால்தடம் என்பதில் சந்தேகமில்லைதான்; ஆனால், அந்தத் தடம் சாலையிலிருந்து காட்டுக்குப் போனது போலவும் இருக்கிறது; காட்டிலிருந்து சாலையை நோக்கி வந்தது போலவும் இருக்கிறது. அதன் கால்விரல் நுனிகள் சாலையை நோக்கி நீண்டிருந்தன.

"அது வேறொரு கரடியாக இருக்கலாம்" என்றேன் நான்.

தமியான் அதை நன்றாகப் பார்த்த பிறகு சற்று யோசித்தான்.

"இல்லை, இது அதுவேதான்..." என்றான்அவன். "அது நம்மிடம் தந்திரமாக விளையாடிக்கொண்டிருக்கிறது. சாலையை விட்டுச் செல்லும்போது பின்பக்கமாக நடந்து போயிருக்கிறது."

தடங்களைத் தொடர்ந்து சென்று அது உண்மைதான் என்பதைக் கண்டுகொண்டோம். அந்தக் கரடி, பின்புறமாகவே பத்து அடி நடந்து போயிருக்கிறது; பிறகு ஒரு தேவதாரு மரத்திற்குப் பின்னால் திரும்பி நேரே சென்றுவிட்டிருக்கிறது.

தமியான் கொஞ்ச நேரம் அப்படியே நின்றான்; பிறகு இவ்வாறு சொன்னான்.

"இப்போது நிச்சயம் நாம் அதை வளைத்துவிடலாம். அங்கே நமக்குச் சற்று முன்னால் ஒரு சதுப்பு நிலம் இருக்கிறது; அங்கேதான் அது பதுங்கியிருக்கும். நாம் போய் அதை வளைத்துவிடலாம்."

தேவதாரு மரங்களின் புதர்கள் மண்டிக் கிடந்த பாதைக்குள் எங்கள் பயணத்தைத் தொடங்கினோம்; இம்முறை நான் மிகவும் களைப்படைந்து போயிருந்ததால் தொடர்ந்து செல்வது சிக்கலாகவே இருந்தது. இப்போது நான் எப்போதும் பசுமையாக இருக்கும் 'ஜூனிபர்' புதர்களின் மீது சறுக்கியபடி இருந்தேன்; என் பனிக் காலணிகள் அவற்றில் சிக்கிக்கொண்டுவிட்டன. தேவதாரு மரத்தின் மெல்லிய மரக்கிளை ஒன்று என் கால்களின் குறுக்கே வந்தபோது அதிகம் பழக்கமில்லாததால் என் காலணிகள் நழுவிவிட்டன. பனிக்குள் அமிழ்ந்து கிடந்த பெரிய மரக்கட்டை ஒன்று இப்போது எனக்குப் புலப்பட்டது. நான் தொடந்து சோர்ந்து போய்க்கொண்டே இருந்தேன்; என் உடல் முழுவதும் வியர்வையால் நனைந்துவிட்டதால் நான் அணிந்திருந்த கம்பளிக் கோட்டைக்கூடக் கழற்றிவிட்டேன்.

தமியானும் முழுநேரமும் என்னுடன்தான் இருந்தான்; ஆனால் ஒரு படகில் மிதந்து போவதைப்போல அவன் சறுக்கிக் கொண்டிருந் தான். அவனது பனிக் காலணிகள் எதிலும் அகப்பட்டுக்கொள்ள வில்லை; கழன்று போகவுமில்லை; அவை தன்னிச்சையாக இயங்கிக் கொண்டிருப்பதைப் போலத் தோன்றியது. என்னுடைய கோட்டையும் வாங்கித் தனது தோளில் போட்டுக்கொண்ட அவன் தொடர்ந்து என்னை ஊக்கப்படுத்திக்கொண்டே இருந்தான். நாங்கள் மேலும் இரண்டு மைல் தூரம் அவ்வாறே சென்று அந்தச் சதுப்பு நிலத்தின் மறுபகுதியை அடைந்தோம். நான் சற்றுப் பின்தங்கிப் போயிருந்தேன்; என் பனிக் காலணிகள் கழன்றுகொண்டே இருந்தன. என் கால்களும் தள்ளாடின. எனக்கு முன் சென்றுகொண்டிருந்த தமியான் திடீரென்று நின்று என்னைப் பார்த்துக் கையசைத்தான். நான் அவன் அருகே நெருங்கியதும் என்னருகே குனிந்து மண்டி

யிட்டபடி தன் கரங்களால் ஏதோ ஒன்றைச் சுட்டிக் காட்டி இவ்வாறு என்னிடம் கிசுகிசுத்தான்.

"அதோ அந்தப் புதருக்கு மேலே 'மேக்பீ' பறவைகளின் சலசலப்புச் சத்தம் கேட்கிறது பாருங்கள்.. சற்றுத் தொலைவில் ஒரு கரடி இருப்பதை அது மோப்பம் பிடித்திருக்கிறது. அதனால், அது... அங்கேதான் இருந்தாக வேண்டும்."

நாங்கள் வந்த வழியிலேயே மீண்டும் திரும்பி அரை மைல் நடந்து சென்றோம்; பழைய பாதைக்கே நாங்கள் மறுபடி வந்து சேர்ந்துவிட்டிருந்தோம். முதலில் நாங்கள் விட்டுவிட்டுப் போன பழைய தடத்திற்குள்ளேயே கரடி இருப்பதை அறிந்து அதனருகே இப்போது நெருங்கியிருந்தோம். நாங்கள் அங்கேயே நின்றோம்; நான் என் தொப்பியை எடுத்துவிட்டு என் உடைகளையெல்லாம் தளர்த்திக் கொண்டேன். ஏதோ நீராவிக் குளியல் செய்தது போலிருந்தது; நனைந்த எலியைப்போல ஈரமாகிக் கிடந்தேன் நான்.

தமியானும் வியர்த்துப்போயிருந்தான்; தன் சட்டையாலேயே முகத்தைத் துடைத்துக்கொண்டான்.

"நல்லது ஐயா.... நாம் செய்ய வேண்டியதைச் செய்துவிட்டோம். இப்போது நமக்குக் கட்டாயம் சிறிது ஓய்வு தேவை" என்றான்.

மாலைச் சூரியன் காட்டிற்குள் செந்நிறமாக ஒளிர்ந்துகொண்டிருந்தது. பனிக் காலணிகளைக் கழற்றி அவற்றின் மீதே அமர்ந்து கொண்ட நாங்கள் கொஞ்சம் ரொட்டித் துண்டுகளையும் உப்பையும் எங்கள் பையிலிருந்து வெளியில் எடுத்தோம். முதலில் கொஞ்சம் பனியை எடுத்து வாயில் போட்டுக்கொண்டுவிட்டுப் பிறகு ரொட்டியைச் சாப்பிட்டேன் நான்; அப்போது அந்த ரொட்டித் துண்டு அத்தனை சுவையாக இருந்தது; அதுபோல ஒன்றை என் வாழ்நாளில் நான் சுவைத்ததே இல்லை என எண்ணிக்கொண்டேன். இருட்ட ஆரம்பிக்கும் வரை நாங்கள் அங்கேயே அமர்ந்து ஓய்வெடுத்துக் கொண்டிருந்தோம். பிறகு, அங்கிருந்து கிராமம் வெகு தொலைவில் இருக்கிறதா என்று தமியானைக் கேட்டேன்.

"ஆமாம்" என்றான் அவன். "நிச்சயம் எட்டு மைலாவது இருக்கும். இன்று இரவு அங்கே போகலாம்; ஆனால் இப்போது நாம் கட்டாயம் ஓய்வெடுத்தாக வேண்டும். உங்கள் கம்பளிக் கோட்டைப் போட்டுக் கொள்ளுங்கள் ஐயா... இல்லையென்றால் உங்களுக்குச் சளிப் பிடித்து விடும்."

பனிக் குவியலைச் சமனப்படுத்தி அதன்மீது தேவதாரு மரக்கிளைகளை ஒடித்து அவற்றால் ஒரு படுக்கை அமைத்தான் தமியான். நாங்கள் எங்கள் கைகளையே தலையணையாக வைத்தபடி, அருகருகே படுத்துக்கொண்டோம். நான் எப்பொழுது உறங்கினேன்

தமிழில் : எம்.ஏ.சுசீலா ♦ 13

என்பதே எனக்கு நினைவில்லை. இரண்டு மணிநேரம் கழித்து ஏதோ முறிந்து விழுவதைப் போன்ற ஓசையைக் கேட்டுக் கண் விழித்தேன்.

ஆழ்ந்த உறக்கத்தில் அமிழ்ந்து கிடந்ததால் நான் எந்த இடத்தில் இருக்கிறேன் என்ற பிரக்ஞைகூட என்னிடமில்லை. என்னைச் சுற்றிலும் ஒரு முறை பார்த்தேன். வெண்மை நிறத்தில் பளிச்சிட்டுப் பிரகாசித்துக்கொண்டிருக்கும் தூண்கள் நிறைந்த ஒரு மண்டபத்தில் நான் இருக்கிறேன்; மேலே நிமிர்ந்து பார்த்தபோது மெலிதான சல்லாத் துணியால் போர்த்தப்பட்ட ஒரு கறுப்புப் பெட்டகம்; அது முழுவதும் பொட்டு வைத்தாற்போன்ற வண்ண விளக்குகள். சற்று நிதானப் படுத்திக்கொண்டு பார்த்த பிறகுதான் நாங்கள் காட்டில் இருக்கிறோம் என்பதும், நான் மண்டபம் என்றும் தூண்கள் என்றும் எண்ணியவை உண்மையில் காடும், அங்கிருந்த உறைபனி படர்ந்திருந்த மரங்களுமே என்பது தெளிவாகியது. மரக் கூட்டங்களுக்கு நடுவே மின்னிக் கொண்டிருந்த நட்சத்திரங்களே என் கண்ணுக்கு வண்ண விளக்குகளாகத் தோன்றியிருக்கின்றன.

இரவு நேரத்து உறைபனி படியத் தொடங்கியிருந்தது. அங்கிருந்த மரக் கிளைகளிலெல்லாம் அது அடர்த்தியாகப் படிந்திருந்தது. தமியானும் அதனால் போர்த்தப்பட்டிருந்தான். எனது கம்பளிக் கோட்டிலும் அது படிந்திருந்தது; மரங்களிலிருந்தும் அது சொட்டிக் கொண்டிருந்தது. நான் தமியானை எழுப்பினேன். நாங்கள் இருவரும் பனிக் காலணிகளை அணிந்தபடி கிளம்பினோம். காடு மிகுந்த அமைதியுடன் இருந்தது. மென்மையான பனிக்குள் துழாவியபடி செல்லும் எங்கள் காலணிகளின் ஓசையைத் தவிர வேறு எதுவும் கேட்கவில்லை. அவ்வப்போது பனியின் கடுமையால் முறிந்து கொண்டிருக்கும் மரங்களின் சத்தம் மட்டுமே காட்டுக்குள் எதிரொலித்துக் கொண்டிருந்தது. ஓரே ஒரு தடவை மாத்திரம் உயிருள்ள ஒரு ஜந்துவின் சத்தத்தை நாங்கள் கேட்டோம். எங்களுக்கு மிகவும் அருகில் ஒரு சலசலப்புச் சத்தத்தை ஏற்படுத்திவிட்டு அது ஓடிவிட்டது. அது அந்தக் கரடியாக இருக்கக் கூடுமென்றே நான் உறுதியாக நினைத்தேன். ஆனால் அந்தச் சத்தம் எழுந்த இடத்திற்கு நாங்கள் சென்றபோது முயலின் காலடித் தடங்களே அங்கு தென்பட்டன; பனி உருகித் தண்டு முழுவதும் நனைந்து கிடந்த பல இளம் 'ஆஸ்பென்' மரங்களையும் அங்கே நாங்கள் கண்டோம். அங்கே இரை தேடிக்கொண்டிருந்த பல முயல்கள் எங்களைக் கண்டு துணுக்குற்று ஓடின.

நாங்கள் இப்போது சாலைக்கு வந்து சேர்ந்திருந்தோம்; பனிக் காலணிகளை எங்களுக்குப் பின்னாகப் பிடித்து இழுத்தபடியே நாங்கள் அதில் நடந்துகொண்டிருந்தோம். எங்களைத் தொடர்ந்து

இருபுறமும் இழுபட்டபடி வந்துகொண்டிருந்த பனிக் காலணிகள் கரடு முரடான அந்தச் சாலையில் உராய்ந்து சத்தம் எழுப்பிக் கொண்டிருந்தன. காலணிகளில் மிதிபட்டுத் தெறித்த உறைபனி, மிருதுவான இறகுகளைப்போல எங்கள் முகங்களில் அப்பிக் கிடந்தது. மரக்கிளைகளின் வழியே பார்த்தபோது ஒருகணம் மின்னிக் கொண்டும், அடுத்த கணமே மறைந்து ஒளிந்துகொண்டும் இருந்த நட்சத்திரங்கள் எங்களைச் சந்திக்க விரைந்தோடி வந்துகொண்டிருப்பதைப் போலிருந்தது. வானம் முழுவதுமே நகர்ந்துகொண்டிருப்பதைப் போலத் தோன்றியது.

என்னுடைய வேட்டைக் கூட்டாளி உறங்கிக்கொண்டிருந்தான்; ஆனாலும் அவனைத் தூக்கத்திலிருந்து எழுப்பி, அந்தக் கரடியை நாங்கள் எவ்வாறு நெருங்கிவிட்டோம் என்பது பற்றிக் கூறினேன். நாங்கள் அங்கே தங்குவதற்கான வசதி செய்துகொடுத்திருந்த கிராமத்தானிடம் விலங்குகளை எழுப்பப் பறை அடிப்பவர்களை மறுநாள் காலையில் வரவழைத்து வைக்குமாறு சொல்லிவிட்டு இரவு உணவைச் சாப்பிட்டு உறங்கினோம்.

என் கூட்டாளி மட்டும் என்னை எழுப்பாமல் விட்டிருந்தால் மறுநாள் மதியம் வரையிலும்கூட நான் உறங்கியிருப்பேன்; அந்த அளவுக்கு நான் களைத்துப்போயிருந்தேன். திடுக்கிட்டுத் துள்ளி யெழுந்து பார்த்தபோது கிளம்புவதற்கு ஆயத்தமாக அவன் உடை அணிந்திருந்ததையும், தன் துப்பாக்கியை மும்முரமாகத் தயார் செய்து கொண்டிருந்ததையும் கண்டேன்.

“தமியான் எங்கே” என்றேன்.

“அவன் வெகு நேரம் முன்பே காட்டுக்குச் சென்றுவிட்டான். நீங்கள் சென்ற தடங்களின் வழியே ஒரு தடவை பார்த்துவிட்டு இங்கே திரும்பி வந்தான்; இப்போது பறை முழங்குபவர்களின் பின்னால் போயிருக்கிறான்.”

நான் குளித்து உடையணிந்து என் துப்பாக்கியை நிரப்பிக் கொண்டேன். பிறகு நாங்கள் ஒரு ஸ்லெட்ஜ் வண்டியில் ஏறிக் கிளம்பினோம்...

ஊசிகுத்துவது போன்ற பனிப் பொழிவு இன்னும் தொடர்ந்து கொண்டிருந்தது. எங்கும் அமைதி. சூரியன் சுத்தமாய்த் தென்படவே இல்லை. அடர்த்தியான பனி மூட்டம் எங்களுக்கு மேல் படர்ந்திருந்தது; இன்னும்கூட எல்லாவற்றின் மீதும் உறைபனி போர்த்திய படிதான் இருந்தது. அந்தச் சாலையின் வழியாகவே இரண்டு மைல் தூரம் பயணம் செய்தபிறகு, நாங்கள் காட்டுக்கு அருகில் வந்து சேர்ந்தோம்.

அங்கே ஏதோ ஒரு துளையின் வழியே புகைமூட்டம் வருவதைக் கண்டோம். அதன் அருகே சென்றபோது கிராமத்தைச் சேர்ந்த ஆண்களும் பெண்களும் அங்கே கூடியிருந்தார்கள். அவர்கள் எல்லோருமே கைத்தடி வைத்திருந்தார்கள்.

நாங்கள் அவர்களை நெருங்கிச் சென்றோம். அங்கே அமர்ந்திருந்த ஆண்கள், உருளைக்கிழங்குகளைச் சுட்டபடி பெண்களோடு சிரித்துப் பேசிக்கொண்டிருந்தார்கள். தமியானும் அங்கேதான் இருந்தான். நாங்கள் அந்த இடத்துக்குச் சென்றதும் அவர்கள் எழுந்து கொண்டார்கள். முதல்நாள் நாங்கள் போட்டு வைத்திருந்த வட்டத்தில் நிறுத்துவதற்காக தமியான் அவர்களை அழைத்துச் சென்றான். முப்பது பேர் கொண்ட அந்த ஆண்களும் பெண்களும் எல்லோரும் ஒன்றாக ஒரே வரிசையில் நடந்து சென்றனர். பனியின் ஆழம் கூடுதலாக இருந்ததால் அவர்களை இடுப்பளவு மட்டுமே பார்க்க முடிந்தது. அவர்கள் காட்டுப் பக்கமாகத் திரும்பிச் சென்றார்கள்; நானும் என் நண்பனும் அவர்கள் சென்ற பாதையிலேயே பின் தொடர்ந்தோம்.

முன்னால் சென்ற அவர்கள் ஒரு வழியை அமைத்துக் கொடுத்திருந்த போதும் அதில் நடப்பது மிகவும் சிரமமாகவே இருந்தது. ஆனால், அங்கே விழுவதற்கான சாத்தியம் ஏதுமில்லை. பனியாலான இரண்டு சுவர்களுக்குள் நடப்பது போலவே அது இருந்தது. அதே பாதையில் நாங்கள் கிட்டத்தட்ட அரைமைல் தூரம் சென்றோம்; அப்போது திடீரென்று வேறு திசையிலிருந்து எங்களை நோக்கித் தனது பனிக் காலணிகளுடன் தமியான் ஓடி வந்துகொண்டிருந்ததைக் கண்டோம்; தன்னோடு வந்து சேர்ந்து கொள்ளுமாறு எங்களை அழைத்தான் அவன். நாங்கள் அவனை நோக்கிச் சென்றதும் எந்த இடத்தில் நாங்கள் நின்றுகொள்ள வேண்டும் என்பதை அவன் எங்களுக்குக் காட்டினான்.

நான் எனக்கு ஒதுக்கப்பட்டிருந்த இடத்தில் நின்றபடி சுற்றுமுற்றும் பார்த்தேன். எனது இடதுபுறத்தில் இருந்த உயரமான தேவதாரு மரங்களின் கிளைகளுக்கு இடையே இருந்த இடை வெளியில் என்னால் கொஞ்சம் தெளிவாகப் பார்க்க முடிந்தது; மரங்களுக்குப் பின்னால் கறுப்புப் பட்டை போல ஏதோ தெரிந்தது; பறை முழக்குபவன்தான் அங்கே நின்றுகொண்டிருந்தான். எனக்கு முன்பாக இளம் தேவதாரு மரங்கள் ஆளுயரத்தில் அடர்ந்து வளர்ந்திருந்தன; அவற்றின் கிளைகள் பனியின் பாரம் தாங்காமல் வளைந்து ஒன்றோடொன்று பின்னிப் பிணைந்து கிடந்தன. அந்தக் காட்டுப் புதர்கள் வழியே நீண்டு சென்ற பனி படர்ந்த பாதை ஒன்று மிகச் சரியாக நான் இருக்கும் இடத்தை வந்து சேர்ந்தது. என் வலது பக்கம் விரிந்து கிடந்த புதர் ஒன்று, மிகச் சிறிய ஒரு இடைவெளியோடு

முடிவடைந்திருந்தது. அந்த இடத்தில் என் கூட்டாளியை தமியான் நிறுத்தி வைப்பதை நான் கண்டேன்.

எனது இரண்டு துப்பாக்கிகளையும் ஒரு முறை பரிசீலித்துப் பார்த்தபின் நான் எங்கே நின்றுகொள்வது நல்லது என்று யோசித்தேன். எனக்கு மூன்றடி பின்னால் உயரமான ஒரு தேவதாரு மரம் இருந்தது;

"அங்கேதான் நின்றுகொள்ள வேண்டும்" என்று முடிவெடுத்தேன். 'அப்போதுதான் என்னுடைய இன்னொரு துப்பாக்கியை மரத்தின் மீது சாய்த்து வைக்க முடியும்.'

மரத்தை நோக்கி நான் நகர்ந்தபோது நான் எடுத்து வைக்கும் ஒவ்வொரு அடியிலும் என் முழங்கால்கள் பனிக்குள் சறுக்கி விழுந்து கொண்டே இருந்தன. தரையில் கிடந்த பனியை நகர்த்திவிட்டு நான் நிற்பதற்கு வசதியாக ஒரு கஜ அளவிலான ஒரு சதுரத்தை ஏற்படுத்திக் கொண்டேன். ஒரு துப்பாக்கியைக் கையில் பிடித்திருந்தேன்; மற்றொன்றைச் சுடுவதற்கு ஆயத்தமாகக் குண்டுகளைக் கெட்டித்து மரத்தின் மீது சார்த்தி வைத்திருந்தேன். தக்க சமயத்தில் எடுக்க வசதியாக இருக்கிறதா என்பதை உறுதிப்படுத்திக்கொள்வதற்காக உறையிலிருந்த கத்தியை உருவிப் பார்த்துவிட்டு மீண்டும் உறைக்குள் வைத்தேன். இந்த ஏற்பாடுகளையெல்லாம் நான் செய்து முடித்த மறுகணமே காட்டிலிருந்து தமியான் இவ்வாறு குரல் கொடுப்பது கேட்டது.

"இதோ... அது வந்து விட்டது... வந்து விட்டது"

தமியான் இவ்வாறு கூச்சலிட்டதும் வட்டத்தைச் சுற்றி நிறுத்தப்பட்டிருந்த கிராமத்து ஆட்கள் வெவ்வேறு குரல்களில் அதற்கு மறுமொழியளித்தபடி கூவினர்.

"ம்...ம்..வா..வா...வா...ஓ..ஓ....ஓ..."

என்று பலவிதமாக ஆண்கள் சத்தமிட்டனர். "அய்...அய்..." என உச்ச ஸ்தாயியில் பெண்களும் கிறீச்சிட்டனர்.

கரடி, அந்த வட்டத்துக்குள்ளேதான் இருந்தது. தமியான் அதை விரட்டத் தொடங்கியதும் சுற்றியிருந்த அனைவரும் தொடர்ந்து கூச்சலிட்டுக்கொண்டே இருக்கத்தொடங்கினர். நானும் என் நண்பனும் மட்டுமே அந்தக் கரடி எங்களை நோக்கி வரும் தருணத்தை எதிர்பார்த்தபடி அசையாமல் அமைதியாக நின்றிருந்தோம். அதை மட்டுமே கவனமாக வெறித்தபடி நின்றுகொண்டிருந்தபோது என் இதயம் பயங்கரமாய்ப் படபடத்தது. நடுக்கத்தோடு இருந்த நான் என் துப்பாக்கி நழுவிவிடாதபடி அதை விரைவாகப் பற்றிக் கொண்டேன்.

'இதோ... இப்போதே... அது திடீரென்று விரைந்து வந்துவிடப் போகிறது... நான் அதைக் குறிபார்த்துச் சுட்டதும் அது விழுந்து விடும்' என்று எண்ணிக்கொண்டிருந்தேன்.

என் இடப்புறமாகச் சிறிது தூரத்தில் சட்டென்று பனியில் ஏதோ விழும் ஓசை கேட்டது. உயரமான தேவதாரு மரங்களுக்கு நடுவே எட்டிப் பார்த்தேன். ஐம்பது தப்படிகள் தாண்டி மரக்கட்டை களுக்குப் பின்னால் கறுப்பு நிறத்தில் பெரிதாக ஏதோ ஒன்று இருப்பது கண்ணில் பட்டது. நான் அதைக் குறி வைத்தபடி, இன்னும் சற்று அருகில் வருமென்று எண்ணியபடி காத்திருந்தேன். நான் காத்திருந்த அந்த நேரத்தில் அது தன் காதுகளை ஆட்டியபடி திரும்பிச் செல்வதைப் பார்க்க முடிந்தது. அப்பொழுது கணநேரம் அந்த உருவத்தை முழுவதுமாகப் பார்த்தேன். அது மிகப் பெரிய ஒரு மிருகம். எனக்கிருந்த பரபரப்பில் நான் அதைச் சுட்டபோது என் குண்டு குறி தவறிச் சென்று ஒரு மரத்தில் பட்டுவிட்டது. அது எழுப்பிய புகைப்படலத்திற்குள் ஊடுருவிப் பார்த்தபோது என்னுடைய அந்தக் கரடி அந்த வட்டத்திற்குள்ளேயே திரும்பி விரைவாக ஓடுவதும், பிறகு மரங்களுக்கிடையே மறைந்துபோவதும் தெரிந்தது.

'சரி...எனக்குக் கிடைத்த வாய்ப்பு நழுவிப்போய்விட்டது' என்று நான் நினைத்துக் கொண்டேன்.

'அது என்னிடம் இனிமேல் திரும்பி வரப்போவதில்லை; ஒன்று என் கூட்டாளி அதைச் சுட்டுவிடுவான்; இல்லாவிட்டால் வரிசையாக நின்றுகொண்டிருக்கும் பறை கொட்டுபவர்களுக்கு நடுவே புகுந்து அது தப்பிச் சென்றுவிடும். எப்படியோ இன்னொரு சந்தர்ப்பத்தை அது எனக்குத் தரப்போவதில்லை.'

நான் என் துப்பாக்கியை மீண்டும் குண்டுகளால் நிரப்பியபடி கவனமாக நின்றுகொண்டிருந்தேன். சுற்றிலும் இருந்த கிராமத்தார்கள் கூச்சல் எழுப்பிக்கொண்டிருந்தனர். ஆனால்... வலப்புறத்தில் என் கூட்டாளி நின்றுகொண்டிருந்த இடத்துக்கு அருகிலிருந்த பெண் மட்டும் இவ்வாறு ஆவேசமாகக் கூச்சலிட்டாள்.

"இதோ... இங்கே... இங்கே இருக்கிறது... வாருங்கள்.. இங்கே வாருங்கள்...! ஓ ஓ ஓ..அய் ..ஏய்...ஏய்..." அவளால் அந்தக் கரடியை மிகவும் தெளிவாகப் பார்க்க முடிந்தது. நான் அதை எதிர்பார்ப்பதை விட்டுவிட்டு வலப்புறமிருந்த என் கூட்டாளியையே பார்த்துக் கொண்டிருந்தேன். அப்போது, தன் பனிக் காலணிகளைக்கூட அணிந்துகொள்ளாமல் கையில் ஒரு கம்பை ஏந்தியபடி தமியான் என் நண்பனை நோக்கித் திடீரென ஒரு ஒற்றையடிப் பாதையில் ஓடி வருவதைப் பார்த்தேன். பிறகு என் நண்பனின் அருகே குனிந்து

தன் கையிலிருந்த கம்பால் அவன் எதையோ சுட்டிக் காட்டுவதையும், அதே திசையை நோக்கி என் நண்பன் தன் துப்பாக்கியை உயர்த்து வதையும் கண்டேன்.

இதோ ஒரு வெடிச் சத்தம்..! அவன் சுட்டுவிட்டான்.

ஆனால் என் கூட்டாளி உடனே அந்தக் கரடியின் அருகே ஓடவில்லை என்பதை நான் கவனித்தேன்; அவன் குறியைத் தவற விட்டிருக்க வேண்டும்; அல்லது அந்த குண்டு அதை முழுமையாகத் தாக்காமல் இருந்திருக்க வேண்டும்.

'அந்தக் கரடி போய்விடப் போகிறது' என்றே நான் எண்ணினேன். 'அது திரும்பிப் போய்விடும்; இரண்டாவது முறை என்னிடம் அது வராது... ஆனால்... ஆனால்... என்ன இது?'

சூறைக் காற்றைப்போலத் தன் மூக்கால் உறுமிக்கொண்டே ஏதோ ஒன்று என்னை நெருங்கி வந்துகொண்டிருந்தது; அது வந்த வேகத்தில் அங்கிருந்த பனியெல்லாம் கிளர்ந்து என்னருகே பறப்பதைக் கண்டேன். நான் எனக்கு நேர் எதிரே பார்த்தேன்... அது, அந்தக் கரடியேதான்! என் வலப்பக்கத்தில் இருந்த புதர் மண்டிய பாதைக்குள் அது விரைந்தோடிக்கொண்டிருந்தது. அந்தக் கரடி பயத்தில் மிரண்டு போயிருக்கிறது என்பது தெளிவாகத் தெரிந்தது. அது என்னிடமிருந்து ஆறு தப்படி தூரத்தில் இருந்ததால் அதை என்னால் முழுமையாகப் பார்க்க முடிந்தது. அதன் கறுத்த மார்புப் பகுதியும் குருதிச்சிவப்பில் கறை படிந்த மிகப் பெரிய தலைப் பகுதியும் எனக்குத் தெளிவாகப் புலப்பட்டன. வழி தவறிக் குளறுபடி செய்தபடி, பனியையெல்லாம் என் மீது வாரித் தெறித்துக் கொண்டு, அது என்னை நோக்கியே வந்துகொண்டிருந்தது. அதன் பார்வை என் மீது பதியவே இல்லை என்பதை அதன் கண்களைக்கொண்டே நான் தெரிந்துகொண்டேன். அச்சத்தின் மிகுதியால் பைத்தியம் பிடித்ததைப் போல அது அங்குமிங்கும் அலைபாய்ந்துகொண்டிருந்தது. அது ஓடி வந்து கொண்டிருந்த பாதை மிகச் சரியாக நான் நின்றுகொண்டிருந்த மரத்தின் அடியிலேயே அதைக்கொண்டு வந்து சேர்த்துவிட்டிருந்தது. நான் என் துப்பாக்கியை உயர்த்தி அதைச் சுட்டேன். இப்போது அது எனக்கு மிகவும் நெருக்கமாக இருந்த போதும் நான் குறி தவற விட்டுவிட்டேன் என்பதை உணர்ந்து கொண்டேன்; என் குண்டு அதைத் தாண்டிச் சென்றுவிட்டிருந்தது. நான் அதைச் சுட்டதுகூட அதற்குக் கேட்டிருக்கவில்லை. அது.. நேராக என்னை நோக்கியே வந்து கொண்டிருந்தது. நான் என் துப்பாக்கியைத் தாழ்த்திக்கொண்டு கிட்டத்தட்ட அதன் தலையைத் தொடுவது போலவே மீண்டும் சுட்டேன். வெடிச் சத்தமும் கேட்டது. ஆனாலும் நான் அதைத் தாக்க மட்டும்தான் செய்தேனே தவிர

அதைக் கொன்றிருக்கவில்லை. அது தன் தலையை உயர்த்திக் காதுகளைப் பின்தள்ளியபடி பல்லைக் காட்டிக்கொண்டு என்மீது பாய்ந்து வந்தது.

நான் என் இன்னொரு துப்பாக்கியைக் கெட்டியாகப் பிடித்துக் கொள்ளப் போனேன்; ஆனால் அதை நான் தொடுவதற்கு முன்பே கரடி என் மீது பாய்ந்து கீழே தள்ளிப் பனிக்குள் வீழ்த்திவிட்டு என் மீதே நடந்து சென்றுவிட்டது.

'நல்லகாலமாக அது என்னை விட்டுவிட்டது' என்று நினைத்துக் கொண்டேன்.

நான் எழுந்து கொள்ள முயற்சி செய்தபோது ஏதோ ஒன்று என்னை அழுத்திக் கீழே தள்ளியபடி நான் எழுந்துகொள்ள விடாமல் தடுத்தது. அந்தக் கரடி வேகமாக ஓடோடிச் சென்றபோது என்னைத் தாண்டித்தான் போயிருக்கிறது; ஆனால் அது திரும்பிய போது தன் உடல் பாரம் முழுவதையும் என்மீது சாய்த்துக்கொண்டு விழுந்து விட்டிருக்கிறது.

மிகவும் கனமான ஒன்று என்னை அழுத்திக்கொண்டிருப்பதும், என் முகத்துக்கு நேர் மேலே வெம்மையாக ஏதோ ஒன்று இருப்பதும் என் உணர்வுக்குப் புலனாகியது. பிறகுதான் என் முகம் முழுவதையும் அது தன் வாய்க்குள் பிடித்திழுத்துக் கொண்டிருக்கிறது என்பதை நான் புரிந்துகொண்டேன். ஏற்கனவே என் மூக்கு அதன் வாய்க்குள் போயிருந்தது; அதன் வெம்மையை உணர்ந்த நான் அதிலிருந்த ரத்த வாடையையும் நுகர்ந்தேன். நான் சற்றும் நகர முடியாதபடி தன் பாதங்களால் என் தோள்களை அழுத்தமாகப் பிடித்தபடி அது என்னைக் கீழே அழுத்திக்கொண்டிருந்தது. தலையை மார்புப் பக்கமாகத் தாழ்த்திக்கொண்டு அதன் வாயிலிருந்து என் கண்களையும், மூக்கையும் விடுவித்துக்கொள்ள நான் போராடிக்கொண்டிருந்தேன். ஆனால் அதுவோ தன் பற்களை அவற்றின் மீது பதிக்கத் தருணம் பார்த்துக்கொண்டிருந்தது. கீழ்த்தாடைப் பற்களால் என் தலைமுடிக்குக் கீழிருந்த என் முன் நெற்றியை அது பிடித்திழுத்துக்கொண்டிருப்பதை நான் உணர்ந்துகொண்டேன். கண்களுக்குக் கீழே இருந்த சதைப் பகுதியை அது தன் மேல் தாடையால் கவ்விப் பிடித்துக் கொண்டிருந்தது. என் முகம் முழுவதுமே கத்தியால் துண்டாடப் படுவது போலிருந்தது. நான் அதன் பிடியிலிருந்து என்னை விடுவித்துக்கொள்ளப் பெரிதும் போராடியபடி இருந்தேன். அதுவோ ஒரு கடி நாயைப்போலத் தன் தாடைகளால் என்னைக் கவ்விப் பிடிப்பதிலேயே குறியாக இருந்தது. என் முகத்தை முறுக்கித் திருப்பிக் கொள்ள முயன்றேன்; ஆனால் அதுவோ தன் வாய்க்குள்ளேயே அதை மீண்டும் பிடித்துத் திணித்துக்கொள்ள முற்பட்டது.

'அவ்வளவுதான்' இதோடு என் கதை முடிந்தது...' என்று எண்ணிக்கொண்டேன்.

அதன் பிறகு என்மீதிருந்த பாரம் அகன்றதுபோல உணர்ந்ததால் நான் சற்று நிமிர்ந்து பார்த்தபோது அது அங்கே இல்லை... அது என்மீதிருந்து குதித்தோடிவிட்டிருந்தது.

அந்தக் கரடி என்னைக் கீழே தள்ளிச் சித்திரவதை செய்து கொண்டிருந்ததைப் பார்த்துவிட்டு என் கூட்டாளியும், தமியானும் என் உதவிக்காக விரைந்து வந்திருக்கின்றனர். அவசரத்தில் குழப்ப மடைந்த என் நண்பன், ஏற்கனவே வந்து பழகியிருந்த பாதையில் செல்வதற்குப் பதிலாக ஆழமான பனிப்பகுதிக்குள் சென்று விழுந்து விட்டிருக்கிறான். பனிக்குள்ளிருந்து வெளியே வருவதற்கு அவன் போராடிக்கொண்டிருந்தபோதுதான் அந்தக் கரடி என்னைக் குதறிக் கொண்டிருந்திருக்கிறது. ஆனால் கையில் துப்பாக்கி ஏதுமின்றி ஒரு கம்பை மட்டுமே வைத்துக்கொண்டிருந்த தமியான் அந்தப் பாதை வழியாகக் கத்திக்கொண்டே ஓடி வந்திருக்கிறான்.

"ஐயோ... அது எஜமானைக் கடித்துச் சாப்பிட்டுக்கொண்டிருக் கிறது... அது ஐயாவைக் கடித்துக் குதறிக்கொண்டிருக்கிறது..."

ஓடி வரும்போதே கரடியை நோக்கியும் அவன் குரல் கொடுத் திருக்கிறான்.

"ஏ முட்டாளே... என்ன காரியம் செய்துகொண்டிருக்கிறாய் நீ... விட்டுவிடு... ம்... விட்டுவிடு..."

கரடியும் அவன் பேச்சுக்குப் பணிந்து என்னை விட்டுவிட்டு ஓடிப்போய்விட்டது.

நான் அங்கிருந்து எழுந்துகொண்டபோது ஏதோ ஒரு வெள்ளாடு கொலையுண்டதைப்போல அவ்வளவு மிகுதியான இரத்தம் பனியின் மீது சிந்திக் கிடந்தது. என் கண்களுக்கு மேலே உள்ள சதைப்பகுதிகள் நார்நாராய்க் கிழிந்து தொங்கிக்கொண்டிருந்தன. ஆனாலும் அப்போது எனக்கிருந்த பரபரப்பான மனநிலையில் வலி எதுவும் தெரியவில்லை.

அதற்குள் என் நண்பன் என்னருகே வந்து சேர்ந்திருந்தான்; மற்றவர்களும் என்னைச் சுற்றிக் கூடிவிட்டனர். அவர்கள் என் காயத்தைப் பார்த்துவிட்டு அதன் மீது பனியை எடுத்து அப்பினர். ஆனால் நானோ என் காயங்களையெல்லாம் மறந்தவனாய், இதை மட்டுமே கேட்டேன்.

"அந்தக் கரடி எங்கே? அது எந்த வழியாகப் போனது?"

திடீரென்று... "அது இங்கிருக்கிறது... இதோ இங்கே இருக்கிறது" என்ற சத்தம் கேட்டது.

அந்தக் கரடி மீண்டும் எங்களை நோக்கி ஓடி வருவதைப் பார்த்தோம். எங்கள் துப்பாக்கிகளையும் தயாராக வைத்துக்கொண்டோம். ஆனால் எவரும் சுடுவதற்கு நேரம் தராமல் அது மிக விரைவாக ஓடிவிட்டது. மிகுந்த மூர்க்கத்துடன் இருந்த அது என்னை மறுபடியும் கடித்துக் குதறுவதற்காகவே அங்கே வந்திருக்கிறது; ஆனால்... அவ்வளவு பேரை அங்கே பார்த்தவுடன் அது மிரண்டு போய்விட்டது. அது சென்ற தடத்தை வைத்துப் பார்த்தபோது அதன் தலையிலிருந்து இரத்தம் சொட்டிக்கொண்டிருக்கிறது என்பதை நாங்கள் அறிந்துகொண்டோம்; அதை மேலும் தொடர்ந்து செல்லவே நாங்கள் விரும்பினோம்; ஆனாலும் எனக்கு ஏற்பட்டிருந்த காயங்களின் வலி மிகுதியாக இருந்ததால் நாங்கள் மருத்துவரைத் தேடி நகரத்திற்குச் சென்றுவிட்டோம். மருத்துவர் பட்டுநூல் கொண்டு என் காயங்களைத் தைத்தார்; அவையும் விரைவிலேயே ஆறிவிட்டன.

ஒரு மாதத்திற்குப் பிறகு நாங்கள் மீண்டும் அந்தக் கரடியை வேட்டையாடுவதற்காகச் சென்றோம். ஆனால் அதன் கதையை முடிக்கும் வாய்ப்பு எனக்குக் கிடைக்கவில்லை. தான் இருந்த வட்டத்தை விட்டு அது வெளியே வரவே இல்லை; பயங்கரமாக உறுமியபடி அதற்குள்ளேயே சுற்றிச் சுற்றி வந்துகொண்டி ருந்தது.

தமியான் அதைக் கொன்றான். அதன் கீழ்த் தாடை உடைந்திருந்தது. அதிலிருந்த ஒரு பல்லை என் துப்பாக்கிக் குண்டு துளைத்திருந்தது. மிகவும் பிரமாண்டமான ஜந்து அது என்பதால் அதன் உடலில் கறுப்பு ரோமங்கள் அபாரமாக இருந்தன.

நான் அதன் தோலைப் பதப்படுத்திப் பாடம் செய்து வைத்தேன். இப்பொழுது அது என் அறையிலேதான் தொங்கிக்கொண்டிருக்கிறது. என் முன் நெற்றியிலிருந்த காயங்கள் ஆறிவிட்டன. தழும்புகள் மட்டும் லேசாகத் தென்பட்டுக் கொண்டிருக்கின்றன.

☆

மூன்று துறவிகள்

லியோ டால்ஸ்டாய்

"நீங்கள் ஜெபம் செய்யும்போது அஞ்ஞானிகளைப் போலத் தேவையில்லாமல் வார்த்தைகளைத் திரும்பத் திரும்பச் சொல்லி விரயமாக்காதீர்கள். அவர்கள் அதிகமான வார்த்தைகளைச் சொல்வதனாலேயே தங்கள் பிரார்த்தனை கேட்கப்படுமென நினைக்கிறார்கள்; அவர்களைப் போல நீங்கள் இருக்க வேண்டாம். உங்கள் பிதாவை நோக்கி நீங்கள் வேண்டிக்கொள்வதற்கு முன்னமே உங்களுக்கு இன்னது தேவை என்று அவர் அறிந்திருக்கிறார்."

(மத்தேயு அதி. 6, 7, 8)

ஆர்ச் ஏஞ்சலிருந்து சோலோவெட்ஸ்க்கிலுள்ள மடத்தை நோக்கிப் பாய்மரக்கப்பல் ஒன்றில் பயணம் செய்துகொண்டிருந்தார் ஒரு பாதிரியார். புனிதயாத்திரை மேற்கொண்டிருக்கும் பயணிகள் நிறைய பேரும் அதே கப்பலில் இருந்தனர்; அங்கே உள்ள ஆலயங்களைப் பார்ப்பதற்காக அவர்கள் போய்க்கொண்டிருந்தனர்.

காற்றின் வேகமும், பருவநிலையும் சாதகமாக இருந்ததால் அந்த நீர்வழிப்பயணம் சிரமமில்லாததாகவே இருந்தது; புனிதப் பயணம் மேற்கொண்டிருந்த யாத்ரிகர்கள் மரக்கலத்தின் மேல் தளத்தில் படுத்துக்கொண்டும் உணவருந்திக்கொண்டும் சிறு சிறு கூட்டமாக உட்கார்ந்து தங்களுக்குள் பேசிக்கொண்டும் இருந்தனர். அப்போது அந்தப் பாதிரியாரும் மேல்தளத்துக்கு வந்தார்; அங்கே குறுக்கும் நெடுக்குமாக அவர் உலவிக்கொண்டிருந்தபோது கப்பலின் முன் பகுதியில் நின்றபடி மீனவன் ஒருவனோடு ஒரு சிலர் உரையாடிக் கொண்டிருப்பதைக் கண்டார்; கடலின் பக்கமாக எதையோ சுட்டிக் காட்டியபடி அவர்களிடம் அந்த மீன்பிடிப்பவன் ஏதோ பேசிக் கொண்டிருந்தான். சற்றே நின்று அவன் சுட்டிக் காட்டிக்கொண்டிருந்த திசையில் தன் பார்வையை ஓட விட்டார் பாதிரியார். நல்ல வெயிலில்

தகதகத்துக்கொண்டிருந்த கடற்பரப்பைத் தவிர அவர் கண்களில் வேறெதுவும் படவில்லை. அவர்கள் என்ன பேசுகிறார்களென்பதை அறிந்துகொள்ள அவர்களின் அருகே நெருங்கிச் சென்றார் அவர்; ஆனால் அவரைக் கண்ட மாத்திரத்தில் தன் தலைத் தொப்பியைக் கழற்றிவிட்டு அவன் அமைதியாகிவிட்டான்; அங்கிருந்த மற்றவர்களும் தங்கள் தலைத் தொப்பிகளை அகற்றி அவருக்கு வணக்கம் செலுத்தினர்.

“நான் உங்களைத் தொந்தரவு செய்வதற்காக இங்கே வரவில்லை நண்பர்களே! அவன் உங்களிடம் என்ன சொல்லிக்கொண்டிருந்தான் என்பதைக் கேட்பதற்காகவே வந்தேன்” என்றார் பாதிரியார்.

“இந்த மீன்பிடிப்பவன், ஒரு சில துறவிகளைப் பற்றி எங்களிடம் சொல்லிக்கொண்டிருந்தான்” என்றான் அங்கிருந்த மற்றவர்களைக் காட்டிலும் சற்றுத் துணிச்சலோடு காணப்பட்ட ஒரு வியாபாரி.

“துறவிகளா, யார் அவர்கள்?” என்று கேட்டபடியே கப்பலின் ஒரு பக்கம் சென்று அங்கே கிடந்த ஒரு பெட்டியின் மேல் அமர்ந்து கொண்டார் பாதிரியார்.

“அவர்களைப் பற்றி எனக்கும் சொல்லுங்கள். அதைப் பற்றிக் கேட்க நானும் ஆசைப்படுகிறேன். அது சரி... நீங்கள் எல்லோரும் எதையோ சுட்டிக் காட்டிப் பேசிக்கொண்டிருந்தீர்களே, அது என்ன?”

“அதோ அங்கே தெரிகிறதே அந்தச் சிறிய தீவைத்தான்; நீங்கள் இந்தப் பக்கமாக இப்படிப் பார்த்தால் தெரியும்... இதோ பாருங்கள்” என்றபடி தொலைதூரத்தில் சற்று வலப்புறமாகத் தென்பட்ட ஒரு இடத்தை அவருக்குச் சுட்டிக் காட்டினான் அந்த மனிதன்.

“அந்தத் தீவிலேதான் ஆன்ம முக்தி பெறும் நோக்கத்துடன் அந்தத் துறவிகள் வாழ்ந்துவருகிறார்கள்.”

“என்னது... தீவா...? அது எங்கே இருக்கிறது? அப்படி எதுவும் எனக்குத் தென்படவில்லையே?”

“அதோ அங்கே தூரத்தில்...! தயவு செய்து என் கைகளை ஒட்டியே பார்த்துக்கொண்டு வாருங்கள்; அங்கே சின்னதாய் ஒரு மேகம் கண்ணில் படுகிறதா?அதற்குக் கீழே கொஞ்சம் இடதுபுறமாக இலேசாக ஒரு கீற்றுப் போலத் தெரிகிறதே அதுதான் அந்தத் தீவு...”

பாதிரியார் கவனமாகப் பார்க்க முற்பட்ட போதும் பழக்கமில்லாத அவர் கண்களுக்குச் சூரிய ஒளியில் மின்னும் நீர்ப்பரப்பைத் தவிர வேறெதுவும் புலப்படவில்லை.

“எனக்கு அது தட்டுப்படவில்லை” என்றார் அவர்.

“அது இருக்கட்டும். அங்கே வசித்து வரும் துறவிகள் யார்?”

"அவர்கள் புனிதமான தபசிகள்" என்று பதிலளித்தபடி தொடர்ந்தான் அந்த மீனவன்.

"நான் வெகு காலத்துக்கு முன்பே அவர்களைப் பற்றிக் கேள்விப் பட்டிருக்கிறேன். ஆனால், சென்ற இரு ஆண்டுகளுக்கு முன்பு வரை அவர்களைப் பார்க்கும் வாய்ப்பு எனக்குக் கிடைக்கவே இல்லை."

ஒருமுறை தான் மீன் பிடித்துக்கொண்டிருந்தபோது மரக்கலம் கவிழ்ந்துபோனதால், தான் எங்கே இருக்கிறோம் என்பதுகூடத் தெரியாமல் அந்தத் தீவில் ஓர் இரவைக் கழிக்க நேர்ந்த சம்பவம் பற்றி அவன் விவரித்தான். காலையில் அந்தத் தீவுக்குள் சுற்றிவந்த போது மண்ணால் செய்யப்பட்ட ஒரு குடிசையை அவன் காண நேர்ந்தது; அதன் அருகில் நின்றுகொண்டிருந்த முதியவர் ஒருவரையும் அவன் கண்டான். பிறகு மேலும் இருவர் அந்தக் குடிசையிலிருந்து வெளியே வந்தனர். அவர்கள் அவனுக்கு உணவளித்து, அவனது ஆடைகளைக் காய வைத்துக்கொள்ள உதவியதோடு அவனது உடைந்து போன படகைச் சரிப்படுத்திக் கொள்ளவும் உதவினர்.

"அவர்கள் எப்படி இருப்பார்கள்?" என்று கேட்டார் பாதிரியார்.

"ஒருவர் குள்ளமாக முதுகு வளைந்து இருப்பார்; ஒரு மதகுருவுக் குரிய அங்கியை அணிந்திருக்கும் அவர் மிக மிக வயதானவர்; அவருக்கு நிச்சயம் நூறு வயதுக்கு மேல் இருக்கும் என்றே எனக்குத் தோன்றுகிறது. வெண்மையான அவரது தாடியில்கூட இலேசான பச்சை நிறம் படர ஆரம்பித்துவிட்டது, அவ்வளவு வயதானவர் அவர்; ஆனால் எப்போதும் ஒரு புன்முறுவலுடனேயே அவர் இருப்பார்; அவரது முகம் அப்போதுதான் சொர்க்கத்திலிருந்து மண்ணுக்கு இறங்கி வந்த தேவதையின் முகம் போன்ற பிரகாசத்துடன் இருக்கும். இரண்டாமவர் உயரமானவர்; அவரும்கூட வயதானவர் தான். அவர் குடியானவனைப் போன்ற கிழிசலான ஆடைகளை உடுத்தியிருப்பார். அகலமான அவரது தாடி பழுப்புக்கலந்த சாம்பல் நிறத்தில் இருக்கும். அவர் நல்ல வலுவானவர். நான் அவருக்கு உதவி செய்ய வருவதற்குள் ஏதோ ஒரு பாத்திரத்தை நிமிர்த்துவதைப்போலத் தனியாகவே என் படகை நிமிர்த்தி வைத்துவிட்டார் அவர். அவரும்கூட அன்பானவர்; கலகலப்பானவர். மூன்றாமவர் உயரமானவர்; பனியைப் போன்ற வெண்மையான அவரது தாடி அவரது முழங்கால் வரை நீண்டு தொங்கிக்கொண்டிருக்கும். உரம் படைத்த அவரது கண்ணிமைகள் சற்றே முன் துருத்தியபடி தொங்கிக்கொண்டிருக்கும். தன் கழுத்தைச் சுற்றித் தொங்க விட்டிருக்கும் ஒரு பாயைத் தவிர வேறு எதையும் அவர் அணிவதில்லை."

"அவர்கள் உன்னிடம் ஏதாவது பேசியதுண்டா?" என்று கேட்டார் பாதிரியார்.

"பெரும்பாலும் அவர்கள் அமைதியாகவேதான் எல்லாவற்றையும் செய்வார்கள்; தங்களுக்கிடையேகூட அவர்கள் அதிகம் பேசிக்கொள்வ தில்லை. அவர்களில் எவரேனும் ஒருவர் குறிப்பாகப் பார்த்தாலே அதை மற்றவர்கள் புரிந்துகொண்டுவிடுகிறார்கள். அவர்கள் வெகு காலமாக அங்கிருக்கிறார்களா என்று அந்த உயரமானவரிடம் நான் கேட்டேன்; அவர் கோபமாக இருப்பது போல முகத்தைச் சுளித்தபடி ஏதோ முணுமுணுத்தார்; ஆனால் அந்த வயதானவர் அவரது கையைப் பிடித்துக்கொண்டு புன்னகைத்ததும் அந்த உயரமானவர் அமைதியாகி விட்டார்.

'எங்களிடம் கருணையோடிருங்கள்' என்று மட்டும் சொன்னபடி அந்த வயதான மனிதர் புன்னகைத்தார். அவ்வளவுதான்."

மீனவன் இவ்வாறு பேசிக்கொண்டிருக்கையில் அவர்களது கப்பல் அந்தத் தீவை நெருங்கியிருந்தது.

"நீங்கள் விரும்பினால் அந்தத் தீவை இப்போது மிகவும் தெளி வாகவே பார்க்கலாம் ஐயா" என்று கூறியபடி தன் கையால் அதைச் சுட்டிக் காட்டினான் அந்த வியாபாரி. பாதிரியார் சற்றுக் கூர்ந்து பார்த்தபோது கறுப்பான கீற்றுப் போன்ற அந்தத் தீவு அவர் கண்ணுக்குத் தென்பட்டுவிட்டது. கப்பலின் முன்பகுதியிலிருந்து பின் பகுதியை நோக்கிச் சென்ற அவர், சுக்கானைப் பிடித்தபடி கப்பலைச் செலுத்திக்கொண்டிருந்தவர்களிடம் "அது என்ன தீவு?" என்றார்.

"அதுவா?" என்று கேட்ட ஒருவன்,

"அதற்குப் பெயர் எல்லாம் எதுவும் இல்லை. அதைப்போல நிறைய தீவுகள் இந்தக் கடலுக்குள் இருக்கின்றன" என்றான்.

"தங்களின் ஆன்ம முக்தியை வேண்டியபடி அங்கே சில துறவிகள் வசித்து வருகிறார்கள் என்று சொல்லப்படுவது நிஜம்தானா?"

"அப்படித்தான் பேசிக்கொள்கிறார்கள் அருள்தந்தையே..! ஆனால் அது உண்மையா என்பது எனக்குத் தெரியாது. அப்படிப் பட்டவர்களைப் பார்த்திருப்பதாக மீன் பிடிப்பவர்கள் சொல்கிறார் கள்; ஆனால் அவர்கள் பெரும்பாலும் நூல் நூற்பவர்களாகத்தான் இருக்கக் கூடும்."

"நான் அந்தத் தீவில் இறங்கி அந்த மனிதர்களைப் பார்க்க விரும்பு கிறேன்" என்றார் பாதிரியார்.

"அதற்கு என்ன செய்யலாம்?"

“தீவுக்கு நெருக்கமாகச் செல்வது கப்பலால் முடியாது” என்று பதிலளித்த மாலுமிகள் “ஆனால் ஒரு படகின் மூலம் நீங்கள் அங்கே செல்ல முடியும். எதற்கும் கப்பல் கேப்டனிடம் பேசுவது நல்லது” என்றனர்.

கப்பல் கேப்டனுக்குச் செய்தி சொல்லி அனுப்பப்பட அவரும் அங்கு வந்துசேர்ந்தார்.

“நான் அந்தத் துறவிகளைப் பார்த்தாக வேண்டும். தீவின் கரைக்கு என்னை ஓட்டிச் செல்ல முடியுமா?” என்றார் பாதிரியார்.

ஆனால் கேப்டனோ அவரைத் தடுத்து நிறுத்தவே முயன்றார்.

“கட்டாயம் அங்கே போக முடியும்... ஆனால் அதற்கு நிறைய நேரத்தை நாம் செலவிட வேண்டியிருக்கும்” என்று கூறிய அவர், “அருள்தந்தையே... நீங்கள் அனுமதித்தால் இன்னும் ஒன்றையும் சொல்லிக்கொள்கிறேன். இந்த அளவுக்கு நீங்கள் சிரமம் எடுத்துக் கொள்வதற்கு அந்தக் கிழவர்கள் தகுதியானவர்கள் இல்லை. அவர்கள் மிக மிக முட்டாள்தனமான கிழவர்கள் என்றும், எதையுமே அவர்களால் புரிந்துகொள்ள முடியாது என்றும், ஒரு வார்த்தைகூட அவர்கள் பேசுவதில்லை என்றும் நான் கேள்விப் பட்டிருக்கிறேன்; சொல்லப்போனால் கடலிலுள்ள மீன்களுக்கும் அவர்களுக்கும் அதிக வித்தியாசமில்லை.”

“எனக்கு அவர்களைப் பார்த்தாக வேண்டும்” என்றார் பாதிரியார்.

“அதற்காக நீங்கள் எடுத்துக்கொள்ளும் சிரமத்துக்கும், நேர விரயத்துக்கும் உரிய தொகையை நான் கொடுத்துவிடுகிறேன். தயவு செய்து எனக்கு ஒரு படகை ஏற்பாடு செய்து கொடுங்கள்.”

அதற்கு மேல் வேறு வழி இல்லை; அதனால் உரிய ஆணை உடனே பிறப்பிக்கப்பட்டது.

மாலுமிகளும் கப்பலோட்டிகளும் கப்பலின் வேகத்தைக் கட்டுப் படுத்தி அதன் திசையைத் திருப்பித் தீவின் பக்கமாகச் செலுத்தத் தொடங்கினர். கப்பலின் முன்பகுதியில் பாதிரியார் உட்கார வசதியாக ஒரு நாற்காலி கொண்டுவரப்பட்டது; அதில் அமர்ந்தபடி எதிரே தெரிவதைப் பார்த்துக்கொண்டிருந்தார் அவர். பிற பயணிகளும் அங்கே வந்து குழுமியபடி தீவை வேடிக்கை பார்க்க ஆரம்பித்தனர். கூர்மையான கண்பார்வை கொண்டவர்களுக்கு அங்கிருந்த பாறைகள் புலப்படத் தொடங்கியிருந்தன; பிறகு மண்ணாலான ஒரு குடிசையும் தெரிந்தது. இறுதியாக அந்தத் துறவிகளும்கூட ஒருவனின் பார்வையில் தென்பட்டுவிட்டார்கள்.

ஒரு தொலைநோக்கியை எடுத்து வந்த கப்பல் கேப்டன், முதலில் அதன் வழியே பார்த்துவிட்டுப் பிறகு பாதிரியாரிடம் அதைக் கொடுத்தார்.

"இதோ... இப்போது தெளிவாகத் தெரிகிறது. கரையில் மூன்றுபேர் நின்றுகொண்டிருக்கிறார்கள். அதோ அந்தப் பெரிய பாறைக்குக் கொஞ்சம் வலப்புறத்தில்..."

தொலைநோக்கியை வாங்கிச் சரியாக அமைத்துக்கொண்ட பாதிரியார் அந்த மூன்று பேரையும் பார்த்தார்; உயரமான ஒருவர், குள்ளமான மற்றொருவர், எல்லோரையும்விட மிகவும் குள்ளமான கூன் விழுந்த இன்னொருவர்; அவர்கள் மூவரும் ஒருவரோடொருவர் கை கோத்தபடி கரையில் நின்றுகொண்டிருந்தார்கள்.

கேப்டன் பாதிரியாரைத் திரும்பிப் பார்த்தபடி இவ்வாறு குறிப்பிட்டார்.

"அருள்தந்தையே, நமது கப்பலால் இதைவிட அருகில் செல்ல முடியாது. நீங்கள் அக்கரைக்குச் செல்ல வேண்டுமென்றால் தனிப் படகிலேதான் போக வேண்டும்; நாங்கள் வேண்டுமானால் நங்கூரம் போட்டு இங்கே நின்றுகொள்கிறோம்."

கப்பலைப் பிணைத்திருந்த கயிறுகள் இழுக்கப்பட்டு நங்கூரம் பாய்ச்சப்பட்டது; மரக்கலத்தின் பாய்களும் சுருட்டப்பட்டன. அப்போது ஏற்பட்ட ஒரு சிறு குலுக்கலில் கப்பல் சற்றே அசைந் தாடியது. கப்பலிலிருந்து ஒரு படகு கீழிறக்கப்பட்டுப் படகோட்டிகள் அதற்குள் குதித்தனர்; பாதிரியார் ஒரு ஏணி வழியே கீழ் இறங்கிச் சென்று படகுக்குள் அமர்ந்துகொண்டார். படகோட்டிகள் துடுப்பு களை வலிக்கப் படகும் விரைவாக அந்தத் தீவைச் சென்றடைந்தது.

கல்லெறியும் தூரத்துக்கு அருகே நெருக்கமாக வந்த பிறகு அந்த மூன்று முதியவர்களையும் அவர்களால் காண முடிந்தது; கழுத்தைச் சுற்றி ஒரு பாயை மட்டும் கட்டிக்கொண்டிருந்த உயரமானவர், குடியானவனின் கந்தலான உடையைத் தரித்திருந்த குள்ளமானவர், பழசாகிப்போன மதகுருவின் மேலங்கியை அணிந்திருந்த கூனல் விழுந்த, மிகவும் மூத்த மனிதர்; அவர்கள் மூவரும் கைகளைக் கோத்தபடி நின்றுகொண்டிருந்தனர்.

துடுப்புப் போடுபவர்கள் படகைக் கரைப் பக்கமாக இழுத்து வந்து வளையத்தோடு இறுகப் பிணைத்து நிறுத்திய பின் பாதிரியார் அதிலிருந்து வெளியே இறங்கி வந்தார்.

அந்த முதியவர்கள் அவரை நோக்கி மண்டியிட, அவர், அவர்களை ஆசீர்வதித்தார்; அப்போது அவர்கள் இன்னும் சற்றுக் குனிந்தபடி அவரை மண்டியிட்டு வணங்கினர்.

பாதிரியார் அவர்களிடம் பேசத் தொடங்கினார்.

"தெய்வாம்சம் நிரம்பியவர்களே... நீங்கள் உங்கள் ஆன்ம முக்தியை வேண்டியும், சக மனிதர்களுக்காக இறைமகன் இயேசுவிடம் பிரார்த்தனை செய்தபடியும் இங்கே வசித்து வருவதாக நான் கேள்விப் பட்டேன்" என்றபடி பேச்சைத் தொடங்கினார் அவர்.

"நான் இயேசுவின் தொண்டிற்குத் தகுதியில்லாத ஒரு மனிதன் தான் என்றபோதும் அவரது அளப்பரிய கருணையால் அவரது மந்தைகளைக் காக்கவும், வழி நடத்தவும் பணிக்கப்பட்டிருக்கிறேன். கடவுளின் சேவகர்களாக இருக்கும் உங்களைப் பார்க்கவும், என்னால் முடிந்தது எதுவும் இருந்தால் அதை உங்களுக்குச் சொல்லிக் கொடுப்பதற்கும் நான் விரும்புகிறேன்."

அந்த முதியவர்கள் ஒருவரை ஒருவர் பார்த்துப் புன்னகை செய்து கொண்டபடி அமைதியாக நின்றிருந்தனர்.

"சரி... சொல்லுங்கள்..." என்றபடி தொடங்கினார் பாதிரியார்.

"உங்கள் ஆன்ம முக்திக்காக நீங்கள் என்ன செய்கிறீர்கள்? இந்தத் தீவில் இருந்துகொண்டு இறைவனுக்கு எந்த வகையில் சேவகம் செய்கிறீர்கள்?"

இரண்டாம் துறவி பெருமூச்செறிந்தபடி தங்கள் எல்லாரையும் விட வயதில் மூத்த துறவியை நோக்கினார். அவர் புன்னகை புரிந்தபடி இவ்வாறு குறிப்பிட்டார்.

"இறைவனுக்கு எப்படிச் சேவை செய்வது என்பது பற்றியெல்லாம் எங்களுக்கு எதுவும் தெரியாது. நாங்கள் ஒருவருக்கொருவர் பணிவிடை செய்தபடி ஒருவர் மற்றவருக்கு ஆதரவாக இருந்து கொண்டிருக்கிறோம். கடவுளின் ஊழியரே! நாங்கள் செய்வது அவ்வளவுதான்."

"அதுபோகட்டும்... கடவுளிடம் நீங்கள் எவ்வாறு ஜெபம் செய்கிறீர்கள்" என்று கேட்டார் பாதிரியார்.

"நாங்கள் இந்த வகையிலேதான் பிரார்த்திக்கிறோம்" என்றபடி அதைச் சொல்லத் தொடங்கினார் ஒரு துறவி.

"நீங்களும் மூவர்... நாங்களும் மூவர்... எங்களிடம் கருணையோடிருங்கள்."

முதிய துறவி இவ்வாறு சொன்னதும் அவர்கள் மூவரும் வானத்தை நோக்கிக் கண்களை உயர்த்தி அதையே திரும்பக் கூறினார்கள்.

"நீங்களும் மூவர்... நாங்களும் மூவர்... எங்களிடம் கருணையோடிருங்கள்"

பாதிரியார் புன்னகை செய்துகொண்டார்.

"புனிதமான மும்மைத் தத்துவம் (பிதா, சுதன், பரிசுத்த ஆவி) பற்றி நீங்கள் நிச்சயம் ஏதோ கேள்விப்பட்டிருக்கிறீர்கள்" என்றார் அவர்.

"ஆனால் உங்கள் ஜெபம் சரியானதாக இல்லை; தவ சீலர்களே... நீங்கள் என் பாசத்துக்குப் பாத்திரமாகிவிட்டீர்கள். இறைவனை சந்தோஷப்படுத்த வேண்டும் என்று நீங்கள் நினைப்பது எனக்குப் புரிகிறது; ஆனால், அவருக்குச் சேவகம் செய்வது எப்படி என்பது உங்களுக்குத் தெரியவில்லை. ஜெபம் செய்வதற்கான முறை அது அல்ல... இதோ கேட்டுக்கொள்ளுங்கள். நான் உங்களுக்குக் கற்றுத் தருகிறேன். அது என்னுடைய சொந்தப் பிரார்த்தனை இல்லை; புனிதமான இறைநூல்களில் தன்னை எப்படி ஜெபம் செய்ய வேண்டும் என்று இறைவன் ஆணையிட்டிருக்கிறானோ அதைத்தான் நான் உங்களுக்கும் சொல்லித் தரப் போகிறேன்."

பூமியிலுள்ள மனிதர்களிடம் கடவுள் தன்னை எப்படி வெளிப் படுத்திக்கொண்டார் என்பதை அந்த மூன்று துறவிகளிடமும் விரித்துரைக்க ஆரம்பித்தார் பாதிரியார்; கடவுள் ஒருவனே பிதாவாய், குமாரனாய், பரிசுத்த ஆவியாய்... மூன்றாகவும் வந்ததை அவர்களிடம் எடுத்துரைத்தார் அவர்.

"அம் மூவரில் மகனாக இருந்த கடவுளே மனிதர்களைக் காக்க மண்ணுக்கு வந்தார்" என்ற அவர்.

"நாம் எல்லோரும் இப்படித்தான் ஜெபம் செய்ய வேண்டும் என்று அவர் கற்றுத் தந்திருக்கிறார். எனவே நான் சொல்லுவதைக் கவனமாகக் கேட்டுவிட்டு அப்படியே திருப்பிச் சொல்லுங்கள்...

'எங்கள் பிதாவே'

முதலில் நின்றிருந்த வயதான மனிதர் 'எங்கள் பிதாவே' என்று அதையே திரும்பச் சொல்ல அடுத்து இரண்டாமவரும், தொடர்ந்து மூன்றாமவரும் 'எங்கள் பிதாவே' என்று அதையே திரும்பக் கூறினர்.

"பர மண்டலத்தில் இருப்பவரே" என்று தொடர்ந்தார் பாதிரியார்.

முதல் துறவி "பர மண்டலத்தில் இருப்பவரே" என்று அதையே திரும்பக் கூறினார்; ஆனால் இரண்டாமவர் அந்தச் சொற்களை உச்சரிக்கத் தடுமாறினார்; உயரமாய் இருந்த துறவியாலும் அதை ஒழுங்காகக் கூற முடியவில்லை. அவருடைய முடி மிகவும் அடர்த்தி யாக அவரது வாயை மறைக்கும் வகையில் புதர்போல வளர்ந் திருந்ததால் அவரால் தெளிவாகப் பேச முடியவில்லை. மிகவும் வயதானவராக இருந்த துறவிக்குப் பற்களே இல்லையென்பதால் அவராலும் ஏதோ தெளிவில்லாத வார்த்தைகளை முணுமுணுக்க மட்டுமே முடிந்தது.

பாதிரியார் அந்த வார்த்தைகளைத் திரும்பத் திரும்பச் சொல்ல, அவரைத் தொடர்ந்து அந்த முதியவர்களும் அவற்றைச் சொல்லிக் கொண்டே இருந்தனர். பாதிரியார் ஒரு கல்லின் மீது அமர்ந்தபடி இருக்க, அவர்கள் அவரது வாயையே பார்த்தபடி அவர் சொல்லும் வார்த்தைகளையே திரும்பச் சொல்லிக் கொண்டு இருந்தனர். நாள் முழுவதும் அதற்காகவே பெரும்பாடு பட்டுக்கொண்டிருந்த பாதிரியார், ஒவ்வொரு சொல்லையும் இருபது முப்பது தடவையோ அல்லது அதற்கும் மேல் நூறு முறையோகூடச் சொல்லிக் கொண்டிருக்க அந்த முதியவர்களும் அவற்றையே திருப்பிச் சொன்ன படி இருந்தனர். அவர்கள் தவறு செய்து குழப்பும்போதெல்லாம் அவர் அவர்களைத் திருத்துவதோடு ஆரம்பத்திலிருந்து மறுபடியும் சொல்லுமாறு செய்துகொண்டிருந்தார்.

கடவுள்மீதான அந்த ஜெபத்தை அவர்களுக்கு முழுமையாகக் கற்பித்துக் கொடுக்கும் வரை அவர் கொஞ்சமும் சளைக்கவில்லை; தான் சொன்னதைத் திருப்பிச் சொல்வதோடு மட்டுமன்றித் தாமாகவே அதைச் சொல்லும் வரை அவர் அவர்களை விடவில்லை. மூவரில் நடுவாக இருந்த துறவிதான் முதலில் அதைக் கற்றுக் கொண்டு தானாகவே முழுவதையும் திரும்பச் சொல்லப் பழகிக்கொண்டார்; அவரைத் திரும்பத் திரும்ப அதையே சொல்லுமாறு செய்தார் பாதிரியார்; இறுதியில் ஒரு வழியாக மற்றவர்களும் அதைச் சொல்லப் பழகிவிட்டார்கள்.

தன்னுடைய கப்பலுக்குத் திரும்பிச் செல்வதற்காகப் பாதிரியார் ஆயத்தமானபோது இருட்டத் தொடங்கிவிட்டது; நீர்ப்பரப்புக்கு மேலே நிலவொளி படர்ந்து பரவிக்கொண்டிருந்தது. அந்த முதியவர் களிடமிருந்து அவர் விடை பெறும்போது அவர்கள் மண்ணில் மண்டியிட்டு விழுந்து அவருக்கு வணக்கம் செலுத்தினர். அவர் அவர்களைத் தூக்கி நிறுத்தி ஒவ்வொருவரையும் முத்தமிட்ட பின், தான் கற்பித்த வகையில் ஜெபம் செய்யுமாறு அவர்களிடம் கேட்டுக் கொண்ட பிறகு, படகில் ஏறிக் கப்பலுக்குத் திரும்பினார்.

அவர் கப்பலை நோக்கிப் படகில் வந்துகொண்டிருந்தபோது இறைஜெபத்தை உரத்த குரலில் அந்த மூன்று துறவிகளும் திரும்பத் திரும்பச் சொல்லிக்கொண்டிருந்ததை அவரால் கேட்க முடிந்தது. படகு கப்பலின் அருகே வந்துவிட்ட பிறகு அவர்களது குரல்கள் கேட்கவில்லை; ஆனால் நிலவொளியின் துணையால் அவர்கள் நின்றுகொண்டிருந்ததை மட்டும் பார்க்க முடிந்தது; கரையில் அவர்களிடமிருந்து விடை பெறும்போது நின்றுகொண்டிருந்த அதே வகையில் மிகக் குள்ளமானவர் நடுவிலும், உயரமானவர் வலப் புறத்திலும், நடுத்தரமானவர் இடப்புறத்திலும் நின்றிருந்தனர்.

தமிழில் : எம்.ஏ.சுசீலா ◆ 31

பாதிரியாரின் படகு கப்பலை அடைந்து அவர் அதில் ஏறியதும், நங்கூரம் விடுவிக்கப்பட்டுக் கப்பலின் பாய்கள் பறக்கவிடப்பட்டன. காற்றின் வேகத்தை உள்வாங்கியபடி கப்பல் மிதந்து செல்லத் தொடங்கியது. பாதிரியார் கப்பலின் பின்புறமாக ஓர் இருக்கையில் அமர்ந்தபடி அவர்கள் விட்டு வந்த அந்தத் தீவையே பார்த்துக் கொண்டிருந்தார். சிறிது நேரம் அந்தத் துறவிகளையும்கூட அவரால் பார்க்க முடிந்தது; பிறகு அவர்கள் கண்ணில் படவில்லை; அந்தத் தீவு மட்டும் இன்னும் கண்ணுக்குத் தெரிந்துகொண்டிருந்தது. இறுதியாக அதுவும்கூடக் கண்பார்வை யிலிருந்து மறைந்து போயிற்று; நிலவொளியில் ஜொலித்துக் கொண்டிருந்த கடலை மட்டுமே இப்போது காண முடிந்தது. கப்பலில் இருந்த புனிதப் பயண யாத்ரிகர்களும் உறங்கிவிட மேல் தளத்தில் எல்லா அரவங்களும் அடங்கி அமைதியாகிவிட்டது. பாதிரியாருக்கு உறங்க விருப்பமில்லை; தன்னந்தனியே அமர்ந்தபடி கண்ணுக்குப் புலப்படாத அந்தத் தீவைக் கடலுக்குள் வெறித்தபடி, இனிமையான குணம் படைத்த அந்த முதியவர்களையே நினைத்துக்கொண்டிருந்தார் அவர். கடவுளைப் பற்றிய அந்த ஜெபத்தைக் கற்றுக்கொண்டதில் அவர்கள் எந்த அளவுக்கு மகிழ்ச்சியடைந்திருப்பார்கள் என்பதை அவர் எண்ணிப் பார்த்தார். அப்படிப்பட்ட தெய்வாம்சம் பொருந்திய மனிதர்களுக்கு அதைக் கற்பித்து உதவுவதற்குத் தன்னை அனுப்பி வைத்ததற்காக இறைவனுக்கு அவர் நன்றி செலுத்தினார்.

அந்தக் கடலுக்குள் மறைந்துபோன தீவின் பக்கமாய் வெறித்தபடி அப்படியே உட்கார்ந்துகொண்டிருந்தார் பாதிரியார். நிலவின் கற்றைகள் இங்கும் அங்குமாக அலைகளின் மீது மின்னி விளையாடிக் கொண்டிருந்தது அவர் பார்வைக்குப் புலனாகிக்கொண்டிருந்தது.

கடலுக்குக் குறுக்காக நிலவு விரித்துப் போட்டிருந்த ஒளிமயமான பாதையில் வெண்மை நிறத்தில் பிரகாசமான ஏதோ ஒன்று... அவருக்குப் புலனாகியது. அது சீகல் பறவையா... அல்லது ஏதேனும் ஒரு சிறிய படகில் விரித்துக் கட்டப்பட்டிருக்கும் பாய்த் துணியின் பளபளப்பா..? வியப்பில் ஆழ்ந்தபடி தன் கண்களை அதன்மீதே பதித்தபடி இருந்தார் பாதிரியார்.

'ஏதோ ஒரு படகு நமக்குப் பின்னால் வருகிறது போலிருக்கிறது' என்று அவர் எண்ணிக்கொண்டார். 'ஆனால் அது மிகவும் வேகமாக அல்லவா தாண்டிக்கொண்டு வருகிறது? ஒரு நிமிடம் முன்னால் வெகு தொலைவில் இருந்த அது இப்போது இவ்வளவு பக்கத்தில்... அது ஒரு படகாக இருக்க வழியில்லை; காரணம் அதில் விரித்துக் கட்டப்பட்ட பாய்கள் எதுவும் இல்லை; ஆனால் எப்படி

யிருந்தாலும் நம்மை எட்டிப் பிடிக்க வேண்டும் என்பதற்காகவே அது நம்மைப் பின்தொடர்ந்து வந்துகொண்டிருக்கிறது

அவரால் அது இன்னது என்பதைத் தெளிவாகக் காண முடியவில்லை; அது படகோ பறவையோ இல்லை, மீனும் கிடையாது! ஒரு மனிதனால் இவ்வளவு பெரிதாக இருக்க முடியாது; மேலும் அப்படி நடுக் கடலில் இருப்பதும் அவனால் சாத்தியமாகக் கூடியதில்லை. தன் இருக்கையை விட்டு எழுந்தபடி மாலுமிகளை அழைத்தார் பாதிரியார்.

"நண்பர்களே அது என்னவென்று கொஞ்சம் பாருங்களேன்... என்ன அது...?"

பாதிரியார் அதையே திரும்பத் திரும்பச் சொல்லிக்கொண்டிருந்த போதும் இப்போது அது என்னவென்பதை அவரால் தெளிவாகப் பார்க்க முடிந்தது.

அந்த மூன்று துறவிகளும்தான் நீரின் மீது ஓடி வந்துகொண்டிருந் தார்கள்; வெண்மை நிறத்தில் அவர்கள் ஒளிர்ந்து கொண்டிருக்க, அவர்களின் தாடிகள் சாம்பல் நிறத்தில் மின்னிக்கொண்டிருந்தன; விடிகாலைப் பொழுது விரைந்து வருவதைவிடவும் விரைவாக அந்தக் கப்பலை நோக்கி வேகமாக வந்து கொண்டிருந்தார்கள் அவர்கள். அந்தக் காட்சியைக் கண்டதும், கப்பலின் சுக்கான் பிடிப்பவர்கள்கூட அச்சத்தினால் அதைக் கைநழுவ விட்டார்கள்.

"அடக் கடவுளே, அந்தத் துறவிகளல்லவா நம்மைத் தொடர்ந்து ஓடி வந்துகொண்டிருக்கிறார்கள்? ஏதோ சாதாரணமான ஒரு நிலப் பரப்பின் மீது ஓடி வருவதைப் போல் அல்லவா இவர்கள் தண்ணீரின் மீது ஓடி வருகிறார்கள்."

பாதிரியார் இவ்வாறு குரல் எழுப்புவதைக் கேட்ட மற்ற பயணிகளெல்லாம் குதித்தோடி வந்து கப்பலின் பின்பகுதியில் கூட்டமாய்க் குழுமிவிட்டனர். அந்த மூன்று துறவிகளும் ஒருவரோடொருவர் கை கோத்துக்கொண்டு வருவதையும் அவர்களில் முன்னாலிருந்த இருவரும் கப்பலை நிறுத்தச் சொல்லி வேண்டுவதையும் அவர்கள் கேட்டனர். அந்த மூன்று பேரும் தங்கள் கால்களையே நகர்த்தாமல் நீர்ப்பரப்பின் மீது சறுக்கியபடி வந்துகொண்டிருந்தனர். கப்பல் நிறுத்தப்படுவதற்குள் அவர்கள் அதனருகே வந்து சேர்ந்து விட்டிருந்தனர்; பிறகு தலையை நிமிர்த்திய வண்ணம் மூவரும் ஒரே குரலில் இவ்வாறு கூறினர்.

"கடவுளின் சேவகரே... நீங்கள் கற்றுத் தந்த அந்த ஜெபத்தை நாங்கள் மறந்துபோய்விட்டோம். அதையே திரும்பத் திரும்பச் சொல்லிக்கொண்டிருந்த வரையில் அது எங்கள் நினைவில் இருந்தது;

ஒரே ஒரு முறை சொல்லாமல் விட்டதும் ஒரு வார்த்தை மட்டும் நழுவிப் போயிற்று... இப்போதோ எல்லாமே சுக்கல் சுக்கலாகிப் போய் விட்டது; எங்களுக்கு அதில் எதுவுமே ஞாபகமில்லை. இன்னொரு தடவை அதை எங்களுக்குச் சொல்லிக்கொடுங்கள்."

பாதிரியார் தனக்குத்தானே சிலுவைக் குறி போட்டுக் கொண்டார்; பிறகு கப்பலின் பக்கம் சாய்ந்து நின்று அவர்களைப் பார்த்தபடி சொன்னார்.

"தெய்வாம்சம் பொருந்தியவர்களே..! நீங்கள் செய்துவரும் பிரார்த்தனையே இறைவனை எட்டிவிடக் கூடியதுதான்... உங்களுக்கு அதைக் கற்றுத் தரும் தகுதி என்னிடம் இல்லை. பாவியாகிய என்னை மன்னித்துவிடுங்கள்"

பிறகு அந்த முதியவர்களை நோக்கிக் குனிந்து மண்டியிட்டார் அவர்.

அவர்கள், தாங்கள் வந்த வழியாகவே கடலுக்குள் திரும்பிச் சென்றனர். கண்பார்வையிலிருந்து கடைசியாக அவர்கள் மறைந்து போன புள்ளியில் அன்று மாலை வரை பிரகாசமான ஒரு வெளிச்சம் சுடர் விட்டுக்கொண்டே இருந்தது.

☆

பிபுல் கடானிர்

சமகால அஸ்ஸாமிய எழுத்தாளர்களில் குறிப்பிடத்தக்கவர். சாகித்திய அகாதமியின் யுவ புரஸ்கார் விருது பெற்றவர். நடப்பியல் போக்கில் மெலிதான அங்கதத்தோடு கூடிய இவரது சிறுகதைகள் பல தொகுப்புக்களாக வெளி வந்திருக்கின்றன. அவற்றில் பல ஆங்கிலத்திலும் மொழியாக்கம் பெற்றிருக்கின்றன.

• அஸ்ஸாமியச் சிறுகதை

காளையும் காளை சார்ந்ததும்
பிபுல் கடானியர்

அடித்துப் பெய்த ஆலங்கட்டி மழையில் பூஜைக்காகப் போடப்பட்டிருந்த பந்தலிலிருந்த விளக்குகளெல்லாம் வெடிச் சத்தத்தை எழுப்பியபடி அணைந்துபோயின. முதியவளான சரோஜாவின் கண் முன்னாலேதான் எல்லாம் நடந்தது. அந்த இடம் முழுவதையும் இனம்புரியாத சோகமும் இருட்டும் சூழ்ந்துகொண்டது.

இருள்... இருள்... எங்கும் இருள்..! நதுமல் கேயாவின் இரும்புக் கடையில் சிவப்பு நீல நிறங்களில் மின்னிக்கொண்டிருந்த நியான் விளக்குகளும் திடீரென்று அணைந்தன.

அன்று காலை முதலே அங்கே மழை தூறிக்கொண்டுதான் இருந்தது. கிழக்கு வானம் படிப்படியாக மெல்லத்தான் பிரகாச மடைந்து தெளிவாயிற்று.

பொதுவாகவே மஹெல்லா கிராமவாசிகள் கொஞ்சம் தாமத மாகத்தான் துயிலெழுவார்கள். ஒரு சிலர் இருப்புப் பாதை ஓரமாகப் போய்க் காலைக்கடன்களைக் கழித்து விட்டு போக்தோய் ஆற்றில் தங்களைச் சுத்தம் செய்துகொள்வதைப் பார்க்கலாம்; அவர்கள் கொஞ்சம் சீக்கிரமாகவே இந்த வேலைகளையெல்லாம் முடித்து விட்டு சூரியன் உதிக்கும் நேரத்தில் தங்கள் அன்றாட வேலைக்கு ஆயத்தமாகிவிடுவார்கள்.

அந்த வட்டாரத்தில் படுக்கையிலிருந்து முதலில் எழுந்து கொள்ளும் ஆள் நதுமல் கேயாதான். சிறு வயதிலிருந்தே அது அவருக்குப் பழக்கமாகிவிட்டிருந்தது. எழுபது வயதைத் தாண்டி யிருந்த அவர் உற்சாகமும் இளமையுமாய் முன்பிருந்த தோற்றம் மாறி இப்போது 145 கிலோ எடையும் மிகவும் பருத்துப்போன தொந்தியுமாய் ராட்சத வடிவுடன் காட்சி தந்தார்.

அவருக்குப் பார்வைக்குறைவு ஏற்பட்டிருந்ததால் வெறும் கண்களால் எதையும் சரிவரப் பார்க்க இயலாத நிலை. கடந்த இருபத்தைந்து ஆண்டுகளாகவே தன் தொப்புளின் அடிப்பாகத்தை அவரால் தொட முடிந்ததில்லை; ஆனால்... பணியாள் எண்ணெயைப் போட்டு மஸாஜ் செய்யும்போது அதன் ஆழத்தை மட்டும் அவரால் உணர்ந்துகொண்டுவிட முடியும். தனது உடல்நலத்தைப் பராமரிப்பதற்காக இன்றுவரை அவர் பல விதிமுறைகளைக் கடைப்பிடித்து வருகிறார். அவற்றில் ஒன்று சீக்கிரமாகத் தூங்கி விரைவாக விழித்தல் என்பது.

உறக்கத்திலிருந்து எழுந்ததும் ஒரு மணி நேரத்துக்குள் குளித்து முழுகித் தயாராகிவிடும் அவர், சுவரில் தொங்கிக்கொண்டிருக்கும் பரமசிவனின் படத்துக்கு முன்பாக சாஷ்டாங்கமாகத் தரையில் விழுந்து கும்பிடுவார். பிறகு ரொட்டிகளால் நிரம்பி இருக்கும் பிரசாதக் கிண்ணத்தைப் படத்துக்கு நேரே நீட்டி நைவேத்தியம் செய்த பின் தனது கடைவாசலுக்கு வந்துவிடுவார். கோடைக்காலமோ, குளிர்காலமோ... பழக்கமாகிப்போன இந்தப் புனித சம்பிரதாயங்களைச் செய்து முடிக்காமல் தனது அன்றாட வேலையை அவர் தொடங்குவதே இல்லை.

பிரசாதக் கிண்ணத்தோடு அவர் வெளியே வருவதற்கு முன்பே அதைப் பெற்றுக்கொள்வதற்காக அந்த நகரத்தின் புனிதமிருகமும், மகாதேவ ஈசுவரனின் வாகனமுமான அந்தக் காளை அங்கே வந்து சேர்ந்துவிடும். கடந்த நான்கைந்து ஆண்டுகளாகவே அந்தப் பிரசாதத்தை வாங்கிக்கொள்வதற்காக சிவபெருமானின் ஆசிகளைச் சுமந்தபடி மூன்று நான்கு கிலோ மீட்டர் வந்து போய்க்கொண்டிருக்கிறது அந்தக்காளை. புனித மிருகமான அதைத் திருப்திப்படுத்துவதில் நதுமல் எப்போதுமே கஞ்சத்தனம் காட்டுவதில்லை. தன்னுடைய ஒரு நாள் உணவின் இரண்டு மடங்கை அதற்கு அவர் அளித்து வந்தார். ஐந்து கிலோ எடையுள்ள மிகப்பெரிய ரொட்டிகளைத் தயார் செய்யச்சொல்லி அவற்றை ஒரு பெரிய பித்தளைப் பாத்திரத்தில் தயாராக வைத்திருக்குமாறு தன் பணியாட்களுக்கு உத்தரவிடுவார் அவர். அதுதான் அந்தப்புனிதக் காளைக்கு அளிக்கப்படும் தினசரி பிரசாதம்; காளையும் தன் முரட்டு நாக்கால் அவற்றைச் சுவைத்து அசை போட்டபடி, ஒவ்வொரு ரொட்டியாய்த் தன் அகன்ற வயிற்றுக்குள் மெல்லக் கடத்தும்.

புனிதமான அந்தக்காளைக்கு நகரத்தில் பல வேலைகள் இருந்தன. சிருஷ்டியை உண்டாக்கும் தெய்வீகத் தகுதி பெற்ற ஒரே ஒரு ஜீவனாக அது மட்டுமே இருந்ததால் ஊரில் பசு வளர்ப்பவர்களுக்கெல்லாம் அந்தக்காளையே கண்கண்ட தெய்வமாக விளங்கி வந்தது. தன் நீண்ட கொம்புகளால் எதையாவது குத்திக்கொண்டும்,

எதன் மீதாவது முட்டிக்கொண்டும் உடலெல்லாம் புழுதி படிய அது ஓடுவதைப் பார்க்கும்போது ஊர்க்காரர்களுக்கு சங்கடமாக இருக்கும். ஆனால் இப்போதெல்லாம் அப்படி அலைந்துகொண்டிருக்க வேண்டிய தேவை அதற்கு இல்லாமலாகிவிட்டது.. குறுகலான ஒரு சந்துக்கு நேர் எதிரில் இருக்கும் பெரிய ஆலமரம் ஒன்றை அது தன் இருப்பிடமாக்கிக்கொண்டுவிட்டது; மரத்தடியில் அது பாட்டுக்குப் படுத்துக்கொண்டிருக்கும். தன்னிடம் அழைத்து வரப்படும் பசுக்களுக்கெல்லாம் தன் ஆசிகளைக் கொஞ்சமும் வஞ்சகமில்லாமல் இலவசமாக வழங்கும். ஆண்களும் பெண்களுமாய்ப் பல பக்தர்கள் அங்கே அதன் அருகே வந்து அதன் காலையும் கொம்பையும் தொட்டு வணங்குவார்கள். அந்தக்காளை தங்களையும் புனிதப்படுத்திவிடும் என்ற நம்பிக்கையில் அதன் முன்நெற்றியில் சந்தனம் குங்குமம் மஞ்சள் ஆகியவற்றைப் பூசிவிடுவார்கள். நதுமலின் கடைவாசலை நோக்கி அந்தக்காளை தானாகவே செல்லும்; அவர் பக்தி சிரத்தையோடு செய்யும் பூசனைகளை யெல்லாம் அங்கீகரிப்பதைப்போல ஏற்றுக் கொள்ளும்.

வயது முதிர்ந்த பிச்சைக்காரியான சரோஜா, வேறு யாருக்கும் தெரியாமல் சற்றுத் தொலைவில் இருந்தபடி இதையெல்லாம் பார்த்துக்கொண்டிருந்தாள்.

காலையிலேயே வயிறு முட்டச் சாப்பிட்டுவிடுவதால் அதற்கப் புறம் அந்தக்காளைக்குப் பசியோ ருசியோ ஏற்படுவதே இல்லை. ஒரே நேரத்தில் ஐந்து கிலோ ரொட்டியை அல்லவா அது விழுங்கிக் கொண்டிருக்கிறது? அதனால் மற்ற பக்தர்கள் வழங்கும் பிரசாத மெல்லாம் அந்தப் புனிதக்காளையின் காலுக்கடியில் சீண்டப் படாமல் அப்படியே கிடக்கும். சில சமயங்களில் பக்தர்களை ஒரேயடியாக மறுத்துவிட மனமில்லாமல் ஒன்றிரண்டு வாழைப் பழங்களை மட்டும் அது ஏற்றுக்கொள்ளும். மீதமுள்ள படையல்களை யெல்லாம் சரோஜாவுக்காக அது விட்டுவைத்துவிடும். அவளும் அதற்கு நன்றிக்கடனாக அது போடும் சாணத்தையெல்லாம் அகற்றி விட்டு மரத்தடியிலிருக்கும் அந்த இடத்தைத் தூய்மை செய்வாள். என்ன இருந்தாலும் காளை என்பது புனிதமானது இல்லையா..?

அந்த ஆலமர வேர்களுக்கு நடுவே மண்ணில் பாதி புதைந்து போயிருக்கும் ஒரு சிறிய கற்பாறை இருந்தது. அதன்மீதும் மனிதர்கள் பக்தி சிரத்தையோடு காசுகளை வீசிவிட்டுப் போவார்கள். அவை யெல்லாம்கூட சரோஜாவுக்குத்தான்...

வெயிலாலும் மழையாலும் அந்தப் புனிதக்காளை பாதிக்கப் படாமல் இருப்பதற்காக அதன் பக்தர்கள் ஒன்றுகூடி அந்தமரத்துக்கு அடியிலேயே அதற்கு ஒரு கொட்டிலை அமைத்துக்கொடுத்தார்கள். ஆனால் காளை அதைப்பற்றியெல்லாம் கொஞ்சமும் சட்டை

செய்யவில்லை; இப்படிப்பட்ட விஷயங்களில் அது எப்போதுமே அலட்டிக்கொள்வதில்லை. எப்படியோ... வயதான ஏழைப்பெண் ஒருத்திக்கும்கூட அந்தக் கொட்டில் இருப்பிடமாகிவிட்டது. தனக்கென்று இருக்கும் ஒரு சில உடைமைகளுடன் அந்தக்கொட்டிலையே தன் இல்லமாக்கிக்கொண்டு அமைதியும் ஆறுதலும் தேடிக்கொண்ட அவள், அதற்குப் படைக்கும் பிரசாதத்தைப் பங்கிட்டுக்கொண்டபடி தன் காலத்தை நகர்த்திக்கொண்டிருந்தாள். ஒருநாள் தான் சேமித்து வந்த சிறிதளவு பணத்திலிருந்து பித்தளையில் ஒரு மணியை வாங்கிக் காளையின் கழுத்தில் கட்டி விட்டாள் அவள். அன்று முதல் தான் செல்லும் இடமெல்லாம் 'டிங் டிங்' என்று கழுத்து மணி ஒலி எழுப்பியபடி செல்லத் தொடங்கியது காளை. தினமும் மணியின் டிங் டிங் ஒலியைக்கேட்ட பிறகுதான் விழித்துக் கொள்வாள் அந்த மூதாட்டி. என்றாவது ஒரு நாள் அதன் தூக்கம் கலைவதற்கு முன்பு தான் விழித்துக்கொண்டுவிட்டால் விரைந்து அதனருகே சென்று அதன் உடலை அழுத்தமாய்த் தட்டிக்கொண்டே இப்படிச் சொல்வாள். "ஏ... புனிதக்காளையே எழுந்திரு... ம்... சீக்கிரம் எழுந்துகொள்... நதுமல் கடைக்கதவைத் திறந்துவிட்டார்."

இன்று வானம் தெளிவாக இருந்தது. நதுமல் சாப்பின் கடை எப்போதோ திறக்கப்பட்டுவிட்டிருந்தது. உறக்கத்திலிருந்து விழித்த சரோஜா தன் கண்களைக் கசக்கிக்கொண்டே கொட்டிலிலிருந்து வேகமாக வெளியே வந்தாள்; ஆனால் ஆலமரத்தின் அடிப்பகுதி வெறிச்சோடிக்கிடந்தது. பொதுவாக அந்தக் காளை அங்கே இருந்து வெளியே போயிருந்தாலும் அதன் சாணமாவது கிடக்கும். ஆனால்... இன்றென்னவோ காளையும் இல்லை, சாணமும்கூட இல்லை. அந்தப்புனித விலங்கு காணாமல்போனதில் சரோஜாவுக்கு திடீரென்று கண்ணெல்லாம் இருட்டிக்கொண்டு வருவதைப்போல் இருந்தது. நெஞ்சுக்குள் பொறுக்க முடியாத ஒரு வலி. உண்மையிலேயே தான் தனிமையாகவும் நிராதரவாகவும் ஆகிவிட்டதைப் போலிருந்தது அவளுக்கு.

சில உல்லாசமான வேளைகளில் அந்தக்காளை தானாகவே ஊரைச்சுற்றிக்கொண்டு வருவதுண்டு. பிறகு மரத்தடியிலிருக்கும் வழக்கமான தன் தங்குமிடத்துக்குத் தானாகவே அது திரும்பி வந்து விடும். ஒரு தடவை தன்னைப்போலவே பெரிதாகவும் வலுவாகவும் உள்ள இன்னொரு காளையைப் பிரதானசாலையில் வைத்து அது நேருக்கு நேர் எதிர்கொண்டது. இளம் வயதுடைய முரட்டுத் தனமான புதிய காளை புனிதக்காளைக்கு அடங்க மறுத்து சண்டித்தனம் செய்ய, இரண்டுக்கும் இடையே மிகக் கடுமையான

சண்டை நடந்தது. போக்குவரத்து நெரிசலில் சாலையே திணறிப்போய்விட பேருந்து, கார், ரிக்ஷா ஆகியவை நீண்ட வரிசையில் அணிவகுத்தன; கிட்டத்தட்ட ஒன்றரை மணி நேரச்சண்டை... இறுதியில் ஜெயித்ததென்னவோ புனிதக்காளைதான்... என்ன இருந்தாலும் அதனிடம் இருப்பது தெய்வீக சக்தி இல்லையா? உடைந்த கொம்பும், சிதைந்துபோய் இரத்தக்காயங்கள் செறிந்த நெற்றியும் வியர்வையில் குளித்த உடலுமாய்ப் புதிதாய் வந்த இளம்காளை புறங்கொடுத்து ஓடிவிட்டது. (குறிப்பிட்ட இந்தச் சண்டையைப்பற்றிய தகவல்கள் புகைப்படங்களோடு உள்ளூர் நாளிதழ்களிலும் வெளிவந்தன). அன்றும்கூட அந்தப் புனிதக்காளை வெகுநேரம் திரும்பி வராமலேதான் இருந்தது. மிகவும் விரிவாக நடந்த அந்தச் சண்டையைப்பற்றி இப்போது நினைத்துப்பார்த்தாள் சரோஜா.

மாலைப்பொழுதாகி... நேரம் செல்லச்செல்ல அவளது சந்தேகமும் வலுத்துக்கொண்டே சென்றது.

முன்பொரு முறை அந்தப் புனிதக்காளை எதன்மீதோ மோதிக்கொண்டுவிட்டதால் போக்குவரத்து நெரிசல் ஏற்பட்டிருக்கிறது. அன்றைக்கும்கூட தொடர்ந்து மேலே செல்ல முடியாமல் பேருந்துகளும் கார்களும் சாலையில் அணிவகுத்து நின்றிருந்தன. மாவட்ட ஆணையரின் உத்தரவுப்படி தீயணைப்பு ஊழியர்கள் வந்து சேர்ந்த பிறகே சாலை நெருக்கடி குறையத்தொடங்கியது. தீயணைப்பு வண்டிகள் புனிதக்காளையின் மீது வெகுநேரம் நீரைப் பீய்ச்சி அடித்த பின்பே அது கொஞ்சம் கொஞ்சமாய் ஆசுவாசமடைந்து தெரு நடுவிலிருந்து மெல்ல அகன்று சென்றது.

முதலில் காளிபரி என்ற இடத்துக்குச் சென்று காளையைத் தேடிப்பார்த்தாள் சரோஜா பாட்டி. நகரத்தின் அந்தப் பகுதியில் காளைக்கு நிறைய பக்தர்களும் ரசிகர்களும் இருந்தார்கள். அவர்கள் அதனிடம் மரியாதை கொண்டவர்கள்; அன்போடு உபசரிப்பவர்கள். அங்கே அதைக் காணாமல் மேலும் தேடிக்கொண்டு ஆற்றங்கரைப் படித்துறைக்குச் சென்றாள் அவள். காளையின் கூட்டாளிகள் சில பேரை அங்கே பார்க்க முடிந்தது. ஆனால்... அந்தக்காளை மட்டும் எங்கும் தென்படவில்லை.

ஆனால்... 'அந்தச்செய்தி' அவள் காதுக்கு வந்து சேர அதிக நேரம் பிடிக்கவில்லை. அங்கிருந்து இருநூறு கஜ தூரத்தில் இருந்த 'கை அலி' லெவல் கிராஸிங் அருகே அந்தச் சம்பவம் நடந்திருந்தது. தண்டவாளத்தின் குறுக்கே மறித்துக்கொண்டபடி அசையாமல் நின்றிருக்கிறது அந்தக்காளை; அப்போது எதிர்த்திசையில் 'போர் கேடிங்'கிலிருந்து 'மோரியோனி' செல்லும் ஷட்டில் ரயில் வெகு

வேகமாக வந்திருக்கிறது. அந்த சமயம் அங்கே இருந்த கோலாபி என்ற ஒரு பிச்சைக்காரிதான் நடந்ததையெல்லாம் நேரில் கண்டவள். புகைவண்டியின் எஞ்சின் காளையைத் தூக்கி எறிந்ததையும் அது கீழே சாக்கடைப்பள்ளத்தில் போய் விழுந்ததையும் அவள் பார்த்திருக்கிறாள்.

பொதுவாக நகரத்தின் அந்தப்பகுதி ஊர்ப்பெரிய மனிதர்களால் புறக்கணிக்கப்பட்டிருந்த ஒன்று; அவர்கள் அங்கே அதிகம் புழங்குவதில்லை. கைவண்டி இழுப்பவர்கள் ரிக்‌ஷா ஓட்டிகள் முதலியவர்களே தங்கள் இயற்கை உபாதைகளுக்காக அந்த இடத்தைப் பயன்படுத்தி வந்தார்கள். மற்ற பெரும் புள்ளிகள் தப்பித்தவறி அங்கே செல்ல நேர்ந்தால்கூடக் கண்ணையும் மூக்கையும் பொத்திக்கொண்டபடி அந்த இடத்தை வெகுவேகமாகக் கடந்து சென்றுவிடுவார்கள்.

தலையில் மிகப் பெரிய இடி ஒன்று இறங்கிவிட்டதைப் போலிருந்தது சரோஜா பாட்டிக்கு.

மறுநாள் காலையில், “சாமி... கடவுளே...” என்று கூவியபடி தன் கடைவாசலில் காளையின் வருகையை எதிர்நோக்கிக் காத்துக் கொண்டிருந்தார் நதுமல். அவர் போட்டுக்கொண்டிருந்த அந்த பலத்த சத்தம் சரோஜாவின் சுய உணர்வை மீட்டுக்கொண்டு வர, இனி மேலும் தாமதிப்பதில் பயனில்லை என எண்ணியவளாய் சட்டென்று எழுந்திருந்து நதுமலின் கடையை நோக்கி விரைந்தாள் அவள்.

பார்வைக்குறைவான பலவீனமான கண்களுடன் விடியற் காலை அரையிருட்டைத் துழாவியபடியிருந்தார் நதுமல். தன் துணிவையெல்லாம் ஒன்று திரட்டிக்கொண்டு அடிமேல் அடி வைத்து முன்னேறிச்சென்ற சரோஜா காளையின் கழுத்திலிருந்து கழற்றி வைத்திருந்த அந்த மணியைச் சட்டென்று ஒலித்தாள்.

“டிங் டிங்..”

“கடவுளே... எப்படியாவது இந்தக் கண்பார்வையை மட்டுமாவது எனக்கு மீட்டுத் தந்துவிட மாட்டாயா...” என்று கண்ணில்லாத அந்த மனிதர் திரும்பத் திரும்ப ஏதேதோ முனகிக்கொண்டிருந்தார். அந்த பக்தரின் கையில் இருந்த ரொட்டிகளை ஒரே நொடியில் பிடித்திழுத்துத் தன் கையிலிருந்த பையில் வைத்துக்கொண்டபடி அமைதியாகக் கடையை விட்டு இறங்கி நடந்து சென்று கொண்டிருந்தாள் சரோஜா.

☆

ஆஷாபூர்ணா தேவி

கிட்டத்தட்ட ஒரு நூற்றாண்டின் தொடக்கத்திலிருந்து அதன் இறுதிவரை, வங்க சமூகம் அடைந்த மாற்றங்களை, குறிப்பாக பெண்களைச் சுற்றிச் சுழலும் சரித்திர கதியை, ஏற்றத்தாழ்வுகளை, மாற்றங்களைத் தன் எழுத்துக்களில் பதித்திருப்பவர் வங்க எழுத்தாளர் ஆஷாபூர்ணா தேவி.

'பிரதம பிரதி சுருதி' மற்றும் அதைத் தொடர்ந்து அவர் எழுதிய இரு நாவல்கள் சுபர்ணலதா, போகுல் கதா, ஆகிய மூன்றும் பெண்களின் சம உரிமைக்கான முடிவற்ற போராட்டத்தைச் சித்தரிப்பவை.

அவரது பெண்ணுரிமைக்குரல் இயல்பான பெண்மைக்குணங்களையோ தாய்மையையோ மறுப்பதல்ல; ஆணாதிக்க எதிர்ப்பு கோஷங்களை எழுப்புவதும் அல்ல. தான் அறிந்த வீட்டுச் சுவர்களுக்குள் தனக்குக்கிடைத்த அனுபவங்களின் அடிப்படையில் மட்டுமே பெண் ஒரு தனிப்பட்ட மனித ஜீவி என்பதை அவர் சித்தரிக்க முற்பட்டார். அந்தப் படைப்புகளே இன்று சரித்திர ஆவணங்களாகி நம் முன் காட்சி தருகின்றன. தானறிந்த உலகையும், மனிதர்களையும், வாழ்வையும், மீறி அவர் ஏதும் எழுதியதில்லை என்பதே அவரது எழுத்துக்களின் தனித்தன்மை. கிட்டத்தட்ட 200 நூல்களுக்கு மேல் எழுதிக் குவித்திருக்கும் ஆஷாபூர்ணா தேவி ஞானபீட விருதினை வென்றதோடு சாகித்திய அகாதமி அளிக்கும் மிக உயரிய ஃபெல்லோஷிப் சிறப்புத் தகுதியினையும் பெற்றவர். இந்திய அரசு பத்மஸ்ரீ விருது அளித்து இவரைக் கௌரவித்திருக்கிறது.

• வங்காளச் சிறுகதை

கசாப்புக்காரர்
ஆஷாபூர்ணா தேவி

1

அழுகை... அழுகை...!
ஓயாத ஒழியாத அழுகை!
சகிக்கமுடியாத, காரணமே தெரியாத இடைவிடாத அழுகை! இப்படிப்பட்ட அழுகை உங்கள் மனதைப் முறுக்கிப் பிசைந்து வலிக்க வைப்பதையும், இரக்க மேலீட்டால் கண்ணீர் சிந்த வைப்பதையும் விட எரிச்சலூட்டுவதாகவும் உங்களை வெறுப்படைய வைப்பதாகவுமே இருக்கும். ஆனாலும்... நிறைய நேரம் செல்லமாகத் தட்டிக்கொடுத்து, இதமான வார்த்தைகள் பலவும் சொல்லி இந்த அழுகையை நிறுத்த ஏதாவது ஒருமுயற்சி செய்துதானாக வேண்டும்...! ஆனால் அந்த முயற்சிகளெல்லாம் எப்போதுமே வெற்றியடைந்துவிடும் என்றும் சொல்லிவிடவும் முடியாது.

நோயாளியான தன் குழந்தைப்பையனை வைத்துக்கொண்டு பொறுமை எல்லை கடந்து போனநிலையில் தவித்துக்கொண்டிருந் தான் சமரேஷ்; ஆனால் கமலா... எங்கேயுமே தென்படவில்லை.

சமையலறையில் அப்படி என்னதான் மிதமிஞ்சிய வேலைகள் இருந்துவிடக்கூடும்? சமரேஷுக்கு உண்மையிலேயே அது விளங்க வில்லை. குடும்பத்தில் இருக்கும் இன்னும் இரண்டு மருமகள்களோடு அவனுடைய விதவைச் சகோதரியும் இருக்கிறாள்; மற்ற வேலை களுக்குக் கூடமாட உதவியாக வயதில் மூத்த அவனுடைய மாமா பெண் ஒருத்தியும் அந்த வீட்டில் இருக்கிறாள். அப்படியும்கூட சமையல் அறையில் தான் இருந்துதான் ஆகவேண்டும் என்ற பிடிவாத்துடன் கமலா குழந்தையை ஏன் விட்டுவிட்டுப் போக வேண்டும் என்பது சமரேஷுக்கு இன்னும்கூட ஒரு புதிராகத்தான் இருந்தது.

தமிழில் : எம்.ஏ.சுசீலா

தரையை ஓங்கி உதைத்தபடி அங்கே சட்டென்று நுழைந்து விடலாமா என்ற ஆவேசத்தின் விளிம்புக்குத் தள்ளப்பட்டிருந்தான் அவன். ஆனால்... மற்றவர்கள் முன்னிலையில் அப்படி நடந்து கொண்டு ஒரு நாடகத்தனமான காட்சியை அவன் அரங்கேற்றினால் பிறகு கமலா அதற்காகத் தன்னைத்தான் கடிந்து கொள்வாள் என்பதும் அவனுக்குத் தெரிந்திருந்தது. ஒருவேளை அந்தச்செயலால் அதிகமாகப் புண்பட்டுப்போகும் அவள், வேண்டுமென்றே இன்னும் கொஞ்சம் காலதாமதம் செய்துவிட்டால்... அப்புறம் சமரேஷால் அதற்கு மேல் எப்படி சமாளிக்க முடியும்?

மகன் போடும் கூக்குரல்கள் அதிகரித்துக்கொண்டே சென்றன. அடுப்படியில் வேலை செய்வதற்காகக் கதறிக்கொண்டிருக்கும் குழந்தையின் அழுகையைக் கண்டு கொள்ளாமல் புறக்கணித்துக் கொண்டிருக்கும் மனைவியின் வித்தியாசமான நடவடிக்கை சமரேஷுக்கு ஆச்சரியமாக இருந்தது. ஒருபுறம் அவள்மீது கோபம் பொங்கி வந்தாலும் அவள் குழந்தையை விட்டுவிட்டு விருப்பமில்லாமல் வீட்டு வேலைகளைச் செய்துகொண்டிருப்பது ஏதோ ஒரு நிர்ப்பந்தத்தினால் மட்டுமே என்பதையும் தன் உள்ளத்தின் ஆழத்தில் அவன் உணர்ந்துதான் இருந்தான்.

சமரேஷின் சொந்தக்காரர்களெல்லாம் அவ்வளவு கொடுமைக் காரர்களா என்ன...? இப்படி எதையுமே கண்டுகொள்ளாமல் அசட்டையாகவா இருப்பார்கள் அவர்கள்...? மனிதர்கள்... அதிலும் குறிப்பாகப் பெண்கள்... இப்படி இதயம் இல்லாதவர்களாக இருப்பது சாத்தியம்தானா?

சற்று தூரத்தில் சமையல் அறையில் இருந்த கமலாவின் பதற்றம் சிறிது சிறிதாகக் கூடிக்கொண்டே சென்றது. உச்ச ஸ்தாயியில் உயர்ந்து கொண்டே செல்லும் குழந்தையின் ஓலமும் அவன் போடும் கூச்சலும் அவளையும் எட்டாமல் இல்லை. ஆனாலும் அவளால் என்ன செய்ய முடியும்? இன்று சமைக்க வேண்டியது அவளுடைய 'முறை'. அதிலிருந்து விலக்குப் பெறுவதற்கு... தனக்கு ஒதுக்கப்பட்டிருக்கும் 'முறை'யை விட்டு விலகிச் செல்வதற்கு அவளுக்கு அனுமதி கிடைக்கப்போகிறதா என்ன? ஒருகாலும் இல்லை.

'என்ன...? நீ ஒருத்தி மட்டும்தான் கைக்குழந்தைக்காரியா...? இந்த உலகத்திலேயே வியாதிக்காரக் குழந்தையைப் பார்த்துக்கிற அம்மா நீ மட்டும்தானா?

ஆனா ஒண்ணு மட்டும் நிஜம்...! இந்த உலகத்திலேயே ரொம்ப மோசமா செல்லம் கொடுத்துக்கெட்டுப்போன ஒரு குழந்தை உன்னோடதுதான்!'

கமலாவை நோக்கி வீசப்படுபவை இப்படிப்பட்ட வார்த்தைகள் தான்.

குறிப்பாக எல்லோருக்கும் மூத்தவளான அவளது ஓரகத்தி.

அடுப்பில் சுடுவதற்காகத் தேய்த்து வைக்கப்பட்ட சப்பாத்திகள் நிறைந்த ஒரு தட்டைக் கமலாவின் பக்கம் தள்ளிவிட்டுக்கொண்டே அவள் பேசினாள்.

"சே... என்ன ஒரு அழுகை! கடவுளே...! இப்படி ஒரு கத்தலா...? இந்த வீடே செவிடாப்போயிடும் போல இருக்கே? சின்ன மருமகளோட பையன் ரொம்ப சாது... அப்படித்தானே? பார்த்தா... எலும்பும் தோலுமா வவ்வால் மாதிரி இருக்கான், ஆனா, குரலைப்பாரு... விரிசல் விழுந்த கண்டாமணி மாதிரி"

தட்டில் தேய்த்து வைக்கப்பட்டிருந்த ரொட்டிகளையும் அருகே குன்றுபோலக் குவித்து வைக்கப்பட்டிருந்த உருண்டைகளையும் வன்மத்தோடு பார்த்துக்கொண்டிருந்தாள் கமலா. பெருமூச்சொன்றை உதிர்த்தபடி சலிப்பான தொனியில் "என்னன்னே தெரியலை... இன்னிக்குன்னு இப்படிக் கிறுக்குத்தனமா நடந்துக்கறான் அவன். ஒருவேளை வெளியே சொல்லத் தெரியாம ஏதாவது ஒரு வலியோ தொந்தரவோ அவனைக் கஷ்டப்படுத்துதோ என்னவோ" என்றாள்.

அதைக்கேட்ட அவளது மூத்த ஓரகத்தி தன் முகத்தைச் சுளித்துக் கொண்டு அவளுக்குப் பழிப்புக்காட்டினாள். "சின்ன மருமகளே...! மூளைகெட்டதனமாப் பேசாதே. உன் பையன் தினம் தினம் இப்படித்தான் அழுதுக்கிட்டிருக்கான். தன்னோட அம்மா எப்பவும் தன்னோடயே உட்கார்ந்திருக்கணும்னு ஆசைப்படறான் அவன். அவனுக்குக் காய்ச்சலும் இல்லை... வேறெந்த வியாதியும் இல்லை. சும்மா தேவையில்லாம நாள் முழுக்கக் கத்திக் கூப்பாடு போட்டுக்கிட்டிருக்கான். நானும்தான் என்னோட ஆயுசிலே எத்தனையோ குழந்தைகளைப் பாத்திருக்கேன்... ஆனா உன்னோட பையனைப் போல ஒரு குசும்புக்காரனைப் பாத்ததே இல்லை."

அந்த நேரம் பார்த்து பூஜை அறையிலிருந்து சமையலறைக்குள் பிரவேசித்த கமலாவின் விதவை நாத்தனார் அங்கே நடந்து கொண்டிருந்த உரையாடலின் எந்த நொடியையும் தவற விட்டு விடாமல் தானும் அதில் கலந்துகொண்டாள்.

"காதே செவிடாப்போற மாதிரி இப்படி ஒரு பயங்கரமான சத்தம் இருந்தா அப்புறம் நான் எப்படித்தான் பூஜை பண்றது... சே... போயும் போயும் இப்படி ஒரு பிள்ளையைப் பெத்திருக்கே பாரு..! அது சாகத்தான் லாயக்கு... நெஜமாவே அது ஒரு மனுஷ ஜன்மமா... இல்லே ஏதாவது ஒரு மிருகமான்னே தெரியலை."

கமலாவின் நாத்தனார் அப்படி ஒரு முடிவுக்கு வந்து சேர்ந்தது கொஞ்சம் குரூரமானதுதான் என்றாலும் அதில் ஒரேயடியாக உண்மையில்லை என்றும் சொல்லிவிட முடியாது. வீடு முழுவதும் வியாபித்திருந்த அந்த ஓலக்குரல் ஏதோ ஒரு வினோதமான விலங்கு எழுப்பும் சத்தத்தைப் போலத்தான் இருந்தது. இனம்புரியாத அந்த ஓலத்துக்குக் காரணம் என்னவென்பது யாருக்குத் தெரியும்? மருத்துவரும்கூட அதற்கு முன்பு தோற்றுத்தான் போனார்; ஆனாலும் அதை கௌரவமாக ஒத்துக்கொள்வதை விட்டுவிட்டு ஏதோ ஒரு 'அலர்ஜி' காரணமாக இருக்கலாம் என்று மேலெழுந்த வாரியாக அறிவித்து முடித்துக்கொண்டுவிட்டார். அவர் பயன்படுத்திய தாங்கள் கேள்விப்பட்டிராத அந்தப் புதிய வார்த்தைப் பிரயோகத்தைக் கேட்ட பிறகு அந்தக்குடும்பம் அந்தப் பிரச்சினையைப் பற்றி அதிகம் அலட்டிக்கொள்ளவில்லை; உண்மையில் அதைப்பற்றிக் கவலைப் படவுமில்லை.

அந்தக் குழந்தையின் கதறல், இப்போது சினத்துக்கும் பரிகாசத்துக்கும் உரிய ஒன்றாகவே மாறிப்போய்விட்டிருந்தது. ஆரோக்கியமான ஒரு குழந்தையை வேண்டுமென்றே திட்டமிட்டு ஒரு நோயாளிக் குழந்தையைப்போல ஆக்குபவள் கமலாதான் என்றும் அதற்கு அந்தக் குழந்தையும்கூட உடந்தையாக இருக்கிறது என்றுமே அங்கிருந்த எல்லாரும் முடிவு கட்டிக்கொண்டிருந்தனர்.

நாத்தனாரின் கொடூரமான சொற்களால் கண்ணீர் மல்கிக் கொண்டிருந்தாள் கமலா; அதற்குச் சரியான பதிலடி கொடுக்க வேண்டுமென்று அவள் துடித்துக்கொண்டிருந்த அந்த நேரத்தில், அழுது கரைந்துகொண்டிருந்த மெலிந்துபோயிருந்த அந்தக் குழந்தையைக் கையில் ஏந்தியபடி உள்ளே நுழைந்தான் சமரேஷ்; அதை முரட்டுத்தனமாகக் கதவருகிலேயே கிடத்திவிட்டுக் கத்தினான்.

"என்ன... சாவு விருந்து போட எல்லா ஏற்பாடும் பண்ணி முடிச்சிட்டியா இல்லையா...? இந்த வேலையை வேற யார் கிட்டேயாவது விட்டுட்டு வர உன்னாலே முடியாதா...? இப்படி விஸ்தாரமா சமைச்சு சாப்பிட்டுக்கிட்டு இருக்கிறதுக்குப் பதிலா கடையிலேயிருந்து காய்ஞ்ச ரொட்டித் துண்டை வாங்கி சாப்பிட்டா அது என்ன தொண்டைக்குழிக்குள்ளே எறங்காமே போயிடுமா"

சமரேஷின் பொறுமை எல்லை கடந்து சென்றுவிட்டது என்பது வெளிப்படையாகத் தெரிந்தது. தன் கோபத்தையெல்லாம் கொட்டித் தீர்த்துவிட்டு அங்கிருந்து வெளியேறினான் அவன்.

சமையல் அறையில் இருந்த எல்லோரும் கணநேரம் வாயடைத்துப் போனபடி இருந்தார்கள்; ஆனால்... அது கணநேரம்

மட்டும்தான். அடுத்த நொடியிலேயே மூத்த ஓரகத்தி தன் அருவருப்பான கீச்சுக்குரலில் கத்தத் தொடங்கியிருந்தாள்.

"போம்மா போ... என் செல்லப்பொண்ணே! இந்த வீட்டுச் சின்ன மருமகளே போ! நல்லா போய் உன்னோட கண்ணான குழந்தையை மடியிலே போட்டுக்கிட்டு உட்கார்ந்துக்கோ. உன் பையனோட புண்ணியத்திலே நம்ம எல்லாரோட இராத்திரிச் சாப்பாடும் சாவு விருந்தா மாறப்போறதை நல்லா பார்த்துக்கிட்டே இரு. இப்படிப் பேசினதுக்கு பதிலா இனிமே தன்னோட பெண்டாட்டி சமையல் பண்ணணும்னு யாரும் எதிர்பார்க்கக் கூடாதுன்னு குழந்தையோட அப்பா நேருக்கு நேராவே சொல்லி யிருக்கலாமே... வேணும்னே தன்னோட பிள்ளையைக் கிள்ளி விட்டு அழ வச்சிட்டு அப்புறம் நம்ம கிட்டே வந்து இப்படி நிஷ்டூரமா ஏன் பேசணும்?"

கை கழுவிக்கொண்டு குழந்தையைத் தூக்கிக்கொள்வதற்காக கமலா அவசரமாக எழுந்துசென்றாள்; அந்த மாதிரி வார்த்தைகளைக் கேட்டதில் அவளுக்குள் கோபம் குமுறிக்கொண்டுவந்தது. கதவருகே கிடந்தபடி இன்னும் சிணுங்கிக்கொண்டிருந்த குழந்தையை ஓங்கி ஒரு போடு போட்டுவிட்டு மீண்டும் தன் வேலைக்குத் திரும்பிச் சென்றாள் அவள். ஆனால் அது அவள் மகனைக் கட்டுப்படுத்தக் கொஞ்சமும் உதவவில்லை; அவளை அதற்காகப் பழிவாங்குவதைப் போலவே அவன் பெருங்குரலெடுத்துக் கத்த ஆரம்பித்ததும் அங்கே என்னதான் நடக்கிறதென்று பார்ப்பதற்காகக் குடும்பத்திலிருந்த மற்றவர்களும் அங்கே வந்து சேர்ந்திருந்தனர். நாள் முழுக்க இரவும் பகலும் எந்த நேரமும் அந்தக்குழந்தை ஓயாமல் அழுதுகொண்டே இருப்பது வழக்கம்தான் என்றாலும் இதுவரை இல்லாத அளவுக்கு இப்போது அதன் கூக்குரல் உச்ச ஸ்தாயியை எட்டியிருந்தது. சின்ன மருமகள் எங்கேதான் போய்விட்டாள் என்று அவர்கள் ஒருவரை யொருவர் கேட்டுக்கொண்டிருந்தனர்.

இறுதியில் ஒரு வழியாக வேலை செய்துகொண்டிருப்பதைப் போன்ற பாவனைகளையெல்லாம் விட்டுவிட்டுக் குழந்தையை சமாதானப்படுத்த இறங்கி வந்தாள் கமலா.

"இதுக்கு பதிலா ஒரேயடியா நீ செத்து ஒழிஞ்சு இந்தக் கூப்பாட்டுக்கெல்லாம் ஒரு முழுக்குப்போட வேண்டியதுதானே" என்று கண்ணீர் மல்கக் கத்தியவள் மறுபடியும் ஒரு தடவை அதை பலமாக அடித்துவிட்டு சமையலறையை விட்டுச் சென்றாள்.

அறைக்கு வந்த பிறகு கணவனோடு வாக்குவாதம் செய்து சண்டை போடுவதற்குத் தன்னை ஆயத்தப்படுத்திக்கொண்டாள் கமலா; ஆனால் சமரேஷை எங்கேயுமே காணவில்லை.

வீட்டு விஷயங்கள் பொறுக்க முடியாதபடி போகும்போது வெளி உலகத்துக்குத் தப்பித்துச் செல்லும் வாய்ப்பு ஆண்களுக்கு எப்படியோ கிடைத்துவிடுகிறது. நான்கு சுவர்களுக்குள் மட்டுமே சிறைப்பட்டுக் கிடக்கும் அநாதரவான பெண்ணுக்கு அப்படிப்பட்ட ஆறுதல் கிடைப்பது கடினம்தான். ஆனால்... அவர்களுடைய பொறுமை மட்டும் எல்லை தாண்டிச் செல்லக்கூடாதா என்ன?

என்ன செய்வதென்றே புரிபடாத நிலையில் திகைத்துப் போயிருந்த கமலா, முனகிக்கொண்டிருந்த குழந்தையைப் பாதி தூக்கிக்கொண்டும் பாதி இழுத்துக்கொண்டும் மூன்றாவது மாடியி லிருந்த கூரை வேய்ந்த மேல்மாடிக்குச் சென்றாள்.

அவள், அங்கேயே... அப்படியே உட்கார்ந்திருப்பதுதான் தேவை என்றால்... கீழே இருக்கும் குடும்பத்தாருக்கு அதுதான் நிம்மதியைத் தரும் என்றால் அவள் அவ்வாறே செய்யவும்கூடத் தயாராக இருந்தாள். சக்தியெல்லாம் வடிந்துபோய் ஜீவனே இல்லாமல் இருந்த அவளால் அதற்கு மேலும் தன் அழுகையைக் கட்டுப்படுத்திக்கொள்ள முடியவில்லை.

சைத்ர மாதத்துக்காற்று குளுமையாகவும் இனிமையாகவும் வீசிக்கொண்டிருந்தது. இரவு ஒன்பது மணியாகியிருந்தது. அந்த மேல்மாடியின் கூரைக்கடியில் இதுவரையில் தான் அனுபவித்து வந்த தவிப்பையெல்லாம் தணிக்கக்கூடியதான பேரமைதி ஒன்று திடீரென்று தன்மீது கவிந்துகொண்டதைப்போல உணர்ந்தாள் அவள். வீட்டின் கீழ்ப்பகுதியில் அவள் அனுபவித்து வந்த துயரங்கள், அழுக்கும் அசிங்கமுமான அந்த உலகம் அதற்கெல்லாம் மாற்றாக இங்கே மேலே, ஒரு புதிய உலகத்தைத் தான் கண்டுகொண்டு விட்டதைப்போல அவளுக்குத் தோன்றியது. அதே நேரத்தில் கீழேயுள்ள கடினமான வீட்டு வேலைகளில் சிறைப்பட்டுக் கிடப்பவர் களிடமிருந்து நழுவிக்கொண்டு வருவதற்கு வாய்த்திருக்கும் தற்காலிகமான கணங்கள் மட்டுமே அவை என்ற உண்மையையும் அந்த அமைதிக்கு நடுவே அவள் புரிந்துதான் வைத்திருந்தாள்.

அழும் குழந்தையைத் தன்னருகே கிடத்தியபடி தானும் அழுது கொண்டிருந்தாள் கமலா. சிறிது நேரம் அப்படியே கழிந்த பிறகுதான்... குழந்தையின் அழுகை தானாகவே நின்றுபோயிருந்த அதிசயம் அவளுக்கு உறைத்தது. கண்களைத் துடைத்துக்கொண்டு அவனைத் திரும்பிப் பார்த்தபோது ஏதோ ஒரு கட்டத்தில் அழுதபடியே அவன் தூங்கிப்போயிருக்க வேண்டும் என்று அவள் நினைத்துக்கொண்டாள்.

கமலாவுக்குள் சட்டென்று ஒரு சிந்தனை ஓடியது. வீட்டில் இருக்கும் கரிபடிந்த அழுக்கான அடைசலான அறைகளில் புழுக்க மாக இருந்ததனால்தான் அவன் அப்படி இடைவிடாமல் அழுதிருப்

பானோ? குழந்தைக்குச் சளிப் பிடிக்கக்கூடாது என்று பயந்து கொண்டே அதை எப்போதும் போர்வை மடிப்புகளுக்குள் பொதிந்து வெம்மையாகவே வைத்திருப்பான் சமரேஷ். பாவம்... சூடு தாங்காமல் அந்த ஜீவன் கஷ்டப்பட்டிருக்க வேண்டும். மறுநாளிலிருந்து தனக்கு ஒதுக்கப்பட்டிருக்கும் வீட்டு வேலைச் சுமைகளுக்கு நடுவில் எப்படியாவது யாருக்கும் தெரியாமல் கொஞ்ச நேரத்தையாவது பிய்த்துத் திருடி ஒதுக்கிக்கொண்டு இந்த மாடிக்கு வந்து குழந்தையைத் தூங்க வைத்துவிட வேண்டுமென்று உறுதி எடுத்துக்கொண்டாள் கமலா. அதன் அருகில் நகர்ந்து சென்று தன் முந்தானையால் அதற்குப் போர்த்தி விட்டாள். சமரேஷ் வந்து தன்னை சமாதானப் படுத்திக் கீழே இருக்கும் குடும்பத்தாரோடு சேர்த்துவைக்கும் வரை அங்கேயே இருக்க வேண்டுமென்றும் முடிவு கட்டிக்கொண்டாள்.

சண்டை போட்டு விவாதம் செய்யுமாறு வீட்டிலுள்ளவர்களைத் தூண்டிவிட்டுவிட்டு அவர்கள் தொடுக்கும் தாக்குதல்களை யெல்லாம் தனியே எதிர்கொள்ளுமாறு அவளை விட்டுவிட்டுத் தான் மட்டும் தப்பித்துப்போய்விட்ட சமரேஷை அவள் இன்னும் மன்னித்திருக்கவில்லை.

இரவின் அடர்த்தி கூடிக்கொண்டே வந்தது. முன்னிரவில் மெல்லிதாக வீசிக்கொண்டிருந்த காற்று இப்போது வலுத்திருந்தது; அதில் குளிரும் கூடியிருந்தது. உறங்கிக்கொண்டிருந்த குழந்தையின் மீது நிலவொளி சாய்வாகப்படர்ந்திருந்தது. அமானுஷ்யமான அந்த வெளிச்சத்தில் பார்க்கும்போது குழந்தையின் உருவம் வினோதமாகத் தென்பட்டது. கணநேரம் திடுக்கிட்டுப்போன கமலாவை மயிர்க்கூச் செறியும் திகிலும் பயமும் ஆட்கொண்டன. குழந்தைக்குக் கவசமாக இருக்க எண்ணியதைப்போல அதை நெருக்கமாக அணைத்துக் கொண்டு மறுபடியும் படுத்துக்கொண்டாள் அவள்.

தன்னையும் அறியாமல் சற்று நேரம் கண்ணயர்ந்திருந்த அவள் உலுக்கப்பட்டவள் போல விழித்துக்கொண்டபோது சமரேஷ் குனிந்து குழந்தையைப் பார்த்துக்கொண்டிருந்தது கண்ணில் பட்டது. ஆனால் கீழே போய் சாப்பிடும்படி அவளை சமாதானம் செய்வதற்கோ தன் குடும்பத்தாரைக் குற்றம் சொல்வதற்கோ எதற்குமே அவன் முனையவில்லை.

அமைதியாக வீசிக்கொண்டிருந்த காற்றைத் துளைத்துக் கொண்டு அவனது முரட்டுத்தனமான குரல் மட்டும் இப்படிக் கத்தியது.

"என்ன இது...? இப்படி ஒரு விரிப்புக்கூடப் போடாம வெறும் தரையிலே போய்க் குழந்தையைப் படுக்க வச்சிருக்கே...? அவனை சாகடிச்சிடலாம்னு நெனக்கிறியா?"

தமிழில் : எம்.ஏ.சுசீலா ♦ 49

கமலா எந்த பதிலும் சொல்ல விரும்பாதவளாய் அமைதியாக உட்கார்ந்திருந்தாள். அவள் எப்போதுமே எதையும் சுலபமாக விட்டுக்கொடுத்துவிடுவதில்லை; அதிகநேரம் கெஞ்சி, சமாதானம் செய்த பிறகு பேசுவதே அவள் வழக்கம்.

"அவனைக் கீழே கூட்டிக்கிட்டுவா. டாக்டர் வந்திருக்கார்"

"என்னது... டாக்டரா..?"

புண்பட்டுப்போயிருந்த தன் சுய உணர்வுகளை அதற்கு மேலும் வளர்த்துக்கொண்டு செல்ல அவளால் முடியவில்லை.

தான் இருந்த இடத்திலிருந்து வேகமாய் எழுந்தவள்,

"அப்படீன்னா... நீங்க... டாக்டரைக் கூப்பிடவா போயிருந்தீங்க"

என்று நடுங்கும் குரலில் அவனிடம் கேட்டாள்.

"பின்னே நான் என்ன சும்மா எங்கேயோ உலாவப் போயிட்டேன்னு நெனச்சிக்கிட்டு இருந்தியா? அதிருக்கட்டும்... என்ன கொடுமை இது? அவனுக்கே காய்ச்சல் பொரிஞ்சிக்கிட்டு இருந்தது" என்றபடி குழந்தையைத் தூக்கிக்கொள்வதற்காகக் குனிந்தான் சமரேஷ். அதன் மெலிவான உடல்மீது அவன் விரல்கள் உராய்ந்த போது அவன் குரல் அச்சத்தால் கனத்துப் போயிருந்தது.

கமலா ஏதோ கனவில் இருப்பவளைப்போலக் குழந்தையை அவனிடமிருந்து பெற்றுக்கொள்வதற்காகக் கைகளை நீட்டினாள். அவனோ அவளிடமிருந்து அதைப் பிடுங்கிக்கொண்டு செல்பவனைப் போல அதை அகற்றிக்கொண்டான்.

கடுமை நிறைந்த குரலில் "விடு அவனை" என்றான்.

குளிர்ந்துபோய் விறைத்துக்கிடந்த குழந்தையின் தொடுகை, தொடர்ந்து வரப்போகும் ஏதோ ஒரு பெரிய அபாயத்தின் அறிகுறியைப் போல பயங்கரமாக அச்சமூட்டியது.

மருத்துவருக்கு முன்னால் இருந்த படுக்கையில் குழந்தையைக் கிடத்தியபோது அவன் முகம் பீதியின் விளிம்பில் உறைந்திருந்தது.

"டாக்டர்...! அவனோட கழுத்து விறைப்பா இருக்கு.."

அப்படி ஒரு அமைதி... அப்படி ஒரு திகிலூட்டும் நிசப்தம்! மிக மோசமான துயரத்தின் மௌனத்தில் நிரம்பிக் கிடந்தது அந்த வீடு. தங்கள் காதுகளை எரிச்சலோடு பொத்திக்கொள்ள வேண்டிய தேவை இப்போது அந்தக் குடும்பத்தில் யாருக்கும் இல்லை. அங்கே நிரந்தரமாக நின்றுபோயிருந்தது அந்த அழுகை மட்டுமல்ல... அந்த வீட்டிலிருந்த அனைவருமே அமைதியாகிவிட்டிருந்தனர். மறைவான ஏதோ ஒரு மூலையிலிருந்து மட்டும் மெல்லிதான கீற்றுப்போன்ற இலேசான விசும்பல் ஒலி கேட்டுக்கொண்டிருந்தது.

ஆனால்... எத்தனை நாட்களுக்குத்தான் வீடு அப்படி நிசப்தமாக இருக்கமுடியும்? ஒரு குடும்பம் என்பது எண்ணிக்கையில் அடங்காத எத்தனையோ தனி நபர்களின் விருப்பங்கள், தேவைகள் ஆகிய சிக்கலான கலவைகளால் அல்லவா கட்டமைக்கப்பட்டிருக்கிறது? சின்னஞ்சிறிய ஒரு ஜீவனின் இழப்புக்காக அது எத்தனை காலம்தான் துக்கம் கொண்டாடிக்கொண்டிருக்க முடியும்? மேலும் ஒரு துக்கத்தின் அளவு எந்த எல்லை வரை செல்ல வேண்டும் என்பதும் எல்லோருக்கும் தெரிந்ததுதானே? அற்ப ஆயுள் கொண்டவர்களுக்கு அவர்களுக்கேற்றதுதான் கிடைக்க முடியும். குழந்தையின் இறப்புக்காக துக்கம் அனுசரிப்பதும்கூட அதற்கேற்றபடிதான்!

காலப்போக்கில் அந்த விஷயமே மறக்கப்பட்டுப்போய், எந்த மாற்றமுமே இல்லாத இயந்திர கதியில் வாழ்க்கை நகர்ந்து கொண்டிருந்தது. சமையலறையில் கமலாவின் 'வேலை முறை' என்ற சடங்கு மாத்திரம் என்றென்றைக்குமாய்த் தகர்ந்துபோயிருந்தது. அவளுக்கு ஒதுக்கப்பட்டிருந்த வேலைகள் மற்றவர்களுக்குப் பிரித்து வழங்கப்பட்டு அவள் தனியே விடப்பட்டிருந்தாள். பிரமை பிடித்த வளைப்போலத் தன் அறைக்குள் அடைந்து கிடந்த கமலாவின் ஒவ்வொரு நாளும் முடிவில்லாத வெறுமை மண்டிய கடலைப்போல நீண்டுகொண்டிருந்தது.

ஒரு நாள் அலுவலகத்திலிருந்து வீடு திரும்பிய சமரேஷ் வியர்வையில் நனைந்துபோயிருந்த தன் சட்டையைக் கழற்றி வீசிய படி அவளிடம் கேட்டான்.

"ஆமாம்... எத்தனை காலத்துக்குத்தான் நீ இப்படியே இருக்கப்போறே... உன் உடம்பை வீணடிச்சுக்கிட்டு இப்படிக் கொஞ்சம் கொஞ்சமா பாழடிச்சுக்கிட்டே இருக்கிறதிலே ஏதாவது அர்த்தம் இருக்கா... ஒருவேளை திடீர்னு பெரிசா ஏதாவது வியாதி வந்துட்டா நல்லா இருக்கும்னு நெனக்கிறியா?"

கணவனின் வார்த்தைகள் கமலாவை விஷம்போலத் தீண்ட அவள் எழுந்து உட்கார்ந்தாள்.

"சரிதான்... நீங்களும் மத்தவங்க மாதிரியே லாபநஷ்டக் கணக்கு பார்க்க ஆரம்பிச்சிட்டீங்களா... அப்படீன்னா பழையபடி நான் என்னோட வேலைக்குத் திரும்பிப் போகணும்... என்னோட சுமையை மறுபடி சுமக்க ஆரம்பிக்கணும்னுகூட சொல்லிடுவீங்க போல இருக்கே..."

"நான் ஒண்ணும் அப்படியெல்லாம் சொல்லலை. நீ இப்படியே இருந்தா ரொம்ப முடியாமல் போய்ப் படுக்கையிலே விழுந்திடு வேன்னுதான் அப்படிச் சொன்னேன்..."

"உங்களோட உண்மையான உணர்ச்சிகளை மறைச்சுக்கப் பாக்காதீங்க. அதையெல்லாம் அப்படி ஒண்ணும் மறைச்சுக்கவும் முடியாது. எனக்கு ஏற்பட்டிருக்கிற இழப்பிலே உங்களுக்கெல்லாம் துக்கம் பொங்கிக்கிட்டு வருது... இல்லே? சே... எல்லாரும் சரியான சுயநலக்காரங்க...! இந்த வீட்டிலே இருக்கிற நீங்க எல்லாருமே வெறும் மிருகங்கதான்...!

கல்லு மனசோட இருக்கிற மிருகங்கள்...! இப்பல்லாம் நான் என்னோட ரூமுக்குள்ளேயே ஒரு சுண்டுவிரலைக்கூட அசைக்காம படுத்துக்கிட்டுத்தான் கெடக்கேன். அதனாலே இந்த வீடு இப்ப என்ன ஸ்தம்பிச்சா போயிடுச்சு....? அப்புறம் ஏன் இந்த வீட்டு வேலை செய்யறதுக்காக என்னோட குழந்தையைப் பார்த்துக்க முடியாமப் போச்சு...? கடைசி நாள் வரைக்கும் நான் அந்த அடுப்படியிலே வேலை பார்க்க வேண்டியதாத்தான் இருந்தது. 'பாவம்... அவளோட குழந்தை செத்துப்போய்க்கிட்டிருக்கு... அவ போகட்டும்'னு ஒருத்தர் கூடச் சொல்லலியே. கசாப்பு விக்கறவங்க... நீங்க எல்லாருமே மட்டமான கசாப்புக்காரங்கதான்."

சமரேஷ் எதுவுமே பேசாமல் அமைதியாகவே உட்கார்ந் திருந்தான். மனைவி சொன்ன வார்த்தைகளில் நெகிழ்ந்துபோய் விடாமல் அவள் சொன்ன எதுவுமே காதில் விழாதவனைப்போல இருந்தான் அவன். ஒருமுறைகூட அவன் அவளிடம் மன்னிப்புக் கோரவும் இல்லை, தன் குடும்பத்தாரைத் தாக்குவது போலவும் அவன் பேசவில்லை.

கமலா எல்லாவற்றையும் சொல்லி முடித்தபிறகு அவனிடம் மெல்லிதான ஒரு புன்னகை மட்டும் அரும்பியது. வழக்கமாகப் பெண்களின் இதழ்களில் மட்டுமே காணக்கூடிய கேலிப்புன்னகை அது; அந்தப் புன்னகையை ஓர் ஆணின் முகத்தில் காண்பது சகிக்க முடியாததாக இருந்தது. அதே புன்னகையைத் தொடர்ச்சியாகத் தன்னிடம் தவழ விட்டபடி சமரேஷ் பேசினான்.

"கசாப்புக்காரங்க நாங்க இல்லே... அது நீதான்."

"என்னது நானா?"

"ஆமாம்... நீயேதான்..! நீங்க எல்லாப் பெண்களுமேதான். நீ பெத்த குழந்தை அப்படி உடம்பு சரியில்லாம அழுதுகிட்டிருந்த போதுகூட நீ அதை கவனிக்காம இருந்ததுக்குக் காரணம் மத்த பெண்கள் உன்னைப்பத்திப் பேசறதையும் திட்டறதையும் உன்னாலே தாங்கிக்க முடியாததனாலேதான். பெண்களான நீங்க எதை வேணும்

னாலும் பொறுத்துக்குவீங்க. கண்ணுக்கு எதிரிலே சொந்தக் குழந்தை கஷ்டப்படறதைக்கூடப் பொறுத்துக்குவீங்க... ஆனா... மத்தவங்க உங்களை வையறதையும் பரிகாசமாப் பேசறதையும் மட்டும் உங்களாலே தாங்கிக்க முடியாது. அன்னிக்கு அவங்க பேசின கொடூரமான வார்த்தைகளைக் காதிலேயே போட்டுக்காம... வீட்டு வேலையை விட்டுட்டு வந்து உன் குழந்தையை மட்டுமே நீ கவனிச்சிருந்தியானா... அதுக்காக உன்னை யாராவது தூக்கிலேயா போட்டிருப்பாங்க? ஏதோ கொஞ்ச நாள், கொஞ்ச நேரம் கத்தியிருப் பாங்க... சபிக்கக்கூட செஞ்சிருப்பாங்க.

ஆனா... அதனாலே என்ன? உன்னோட குழந்தைக்காக அந்தக் கஷ்டத்தை உன்னாலே பொறுமையாய்த் தாங்கிக்கிட்டிருக்க முடியாதா? ஆனா... நீ அப்படிச் செய்யமாட்டே...! எதுக்காகச் செய்யணும்? குடும்பப்பெண்ணுங்கிற பெருமைக்காக... தியாகிப் பட்டத்துக்காக உன்னோட குழந்தையையேகூட நீ காவு கொடுத்திடுவே. ஆனா... உனக்குப்பிரியமான ஒருத்தரோட நல்லதுக் காக எல்லா இடைஞ்சல்களையும் தாங்கிக்கிட்டு எதிர்த்துச் சண்டை போடற துணிச்சல் மட்டும் உனக்கு வராது. புருஷனையும் குழந்தை யையும்விட தங்களோட சொந்தப்பெருமையும் கௌரவமும் மட்டும் தான் ஒவ்வொரு பெண்ணுக்கும் முக்கியமானதா இருக்கு. இந்தப் பெண்கள்தான் எவ்வளவு சுயநலவாதிகளா இருக்காங்க...? தங்களைத் தவிர வேற யாரையுமே அவங்களாலே அன்பு செய்யவும் முடியாது, தங்களோட பிரியத்தைக் கொடுக்கவும் முடியாது."

ஒரு துண்டை எடுத்துக்கொண்டு அறையை விட்டு வெளியேறி னான் சமரேஷ். திகைத்துப்போனவளாய் அவன் சென்ற திசையையே பார்த்துக்கொண்டிருந்தாள் கமலா.

தன்னை நியாயப்படுத்திக்கொள்வதற்காக மிகுந்த கவனம் எடுத்து அவள் கட்டியிருந்த கோட்டைக்குக் கடைசியில் இப்படி ஒரு முடிவா நேர வேண்டும்..?

ஒரே அடியில் அதைத் தரைமட்டமாக்கித் தகர்த்துப்போட்டு விட்டான் சமரேஷ். செங்கல்லால் கட்டப்பட்ட வீட்டைப்போல இல்லாமல் சீட்டுக்கட்டு வீட்டைப்போல அது குலைந்துபோய் விட்டது. அந்தச் சீட்டுக்களுக்குக் கல்லைப்போன்ற வலிமை இருக்கக் கூடும் என்று நினைத்துக்கொண்டிருந்த அவள் அவற்றை வைத்தே உணர்ச்சிகளால் ஆன ஒரு சுவரையும் வேறு எழுப்பியிருந்தாள்... ஆனால்... எல்லாமே இப்படி சரிந்து விழுவதற்குத்தானா? என்ன கேவலம் இது... எவ்வளவு துன்பகரமானது இது..?

தன்னுடைய நோயாளிக்குழந்தைக்கு வஞ்சகம் செய்தவள் அவள்...! அவனை சாவை நோக்கித் தள்ளியவள் அவள்...! தன் சுயநலமான நடத்தையால் நடந்த எல்லாவற்றுக்குமே பொறுப்பேற்றுக் கொள்ள வேண்டியவள் அவள்...! இத்தனையையும் வைத்துக் கொண்டு தனக்கு அநீதி இழைக்கப்பட்டதாக அவள் முறையிட்ட போது சமரேஷ் அவளைக் குற்றவாளியாக்கித் தூற்றிவிட்டுப் போய் விட்டான்...

☆

மஹாஸ்வேதா தேவி

மலை வாழ் பழங்குடி மக்கள், ஆதிவாசிகள், விளிம்பு நிலை மக்கள் ஆகியோர் குறித்தும், பொதுவான மனித உரிமைகள் பற்றியும் எழுத்திலும் பேச்சிலும் இயங்கி வந்ததோடு தீவிரக் களச் செயல்பாட்டாளராகவும் விளங்கிய சமூகப்போராளி வங்க எழுத்தாளர் மஹாஸ்வேதா தேவி. சாகித்திய அகாதமி விருது, ஞானபீட விருது போன்ற இலக்கிய விருதுகளுக்கும் சமூகச்செயல்பாடுகளுக்காக மக்ஸஸே விருது, பத்மஸ்ரீ, பத்ம விபூஷண் போன்ற உயர் விருதுகளுக்கும் சொந்தக்காரரான இவர் டாக்காவில் பிறந்து இந்திய சுதந்திரத்தின் போது இந்தியாவுக்குக் குடிபெயர்ந்த குடும்பப் பின்னணி கொண்டவர். ஆங்கில இலக்கியத்தை முறைப்படி கற்றுத் தேர்ந்தவர்.

வங்கத்தில் நக்ஸல் இயக்கம் தீவிரம் பெற்றிருந்தபோது, உயர் வர்க்கம் சார்ந்த இளைஞன் ஒருவன் அதில் போய் இணைவதையும்... அது சார்ந்த அந்தக்குடும்பத்தாரின் எதிர்வினைகளையும் வெளிப்படுத்தும் '1084இன் அம்மா' என்ற அவரது அற்புதமான படைப்பு.

'சோளி கேபீசே க்யா ஹை' என்ற பிரபலமான இந்திப் பாடலை எதிர்த்து அதே தலைப்பில் தன் சிறுகதையால் அதற்கு எதிர்வினை அளித்திருக்கும் ஸ்வேதாதேவி, பீர்சா முண்டாவின் கதையை "காட்டின் உரிமை" என்ற பெயரில் எழுதியதற்காக சாகித்திய அகாதமி விருது பெற்றவர்.

கிட்டத்தட்ட 100 நாவல்களையும் 20 சிறுகதைத் தொகுப்புக் களையும் எழுதியிருக்கும் இவரது 'ருதாலி', குருட்சேத்திரத் துக்குப்பின்' ஆகிய புகழ்பெற்ற பல படைப்புக்கள் ஆங்கிலத்தில் மொழிபெயர்க்கப்பட்டிருக்கின்றன. திரைப்பட இயக்குநர் ரித்விக் கட்டக் இவரது சகோதரர்.

• வங்காளச் சிறுகதை

கவிஞனின் மனைவி
மஹாஸ்வேதா தேவி

நிகில் மட்டும் அந்த விஷயத்தை முன்னெடுக்காமல் போயிருந்தால் சுப்ரபாத் தத்தா சௌத்ரீ என்ற வயதான, கண் குருடாகிப்போன கவிஞரை கௌரவிக்க வேண்டும் என்று அவர்களுக்கு ஒருபோதும் தோன்றியிருக்காது. அதேபோல மனுபாலின் தருண் சங்கத்தார் நாடாமல் போயிருந்தால் நிகிலாலும் தொடர்ந்து அதைச் செயலாக்கியிருக்க முடியாது. அங்கிருந்த ஒரு குடியிருப்பைச் சேர்ந்தவர்கள் அவர்கள். இருபத்தைந்து ஆண்டுகளுக்கு முன்பு ஓட்டுக் கூரையும், மூங்கில் கழிகளிலான வேலிகளும் கொண்ட வீடுகளே அங்கே அதிகமாக இருந்தன. இப்பொழுது அப்படிப்பட்ட வீடுகள் மிகவும் குறைவுதான். எஞ்சியிருந்த ஒரு சிலவற்றையும் மூழ்கடித்துக்கொண்டிருந்தன அங்கிருந்த கான்கிரீட் கட்டடங்கள்.

மூன்று சாலைகள் ஒன்றுகூடும் அந்தச் சந்திப்பு மிகவும் செல்வச் செழிப்பான ஒரு பகுதியாக ஆகிவிட்டிருந்தது. அங்கிருந்த நெல் வயல்களை ஒரு காலத்தில் தொலைநோக்கோடு வாங்கி பிறகு நல்ல விலைக்கு விற்றுப் பணம் சம்பாதித்திருந்தவர் மனுபாலின் தந்தை.

அவருக்குத் தன் மகன்மீது நம்பிக்கை இருந்ததேயில்லை. 'எனக்கும் கொஞ்சம் பணம் தந்தால் நானும் ஏதாவது வியாபாரம் செய்வேனே' என்று மனு சொல்லும்போதெல்லாம், 'எல்லாம் நான் செத்தப்புறம் உன் இஷ்டம்போல எது வேணும்னாலும் செஞ்சிக்கோ. என் சொத்து முழுசையும்கூடத் தின்று தீர்த்துக்கோ. நான் கட்டி வச்சிருக்கிற இந்த நாலு மாடி வீட்டிலேயிருந்து கிடைக்கிற வாடகை மட்டுமே உங்க அம்மாவுக்குப் போதும்! அதுக்குள்ள மெயின் ரோட்டுல உள்ள நிலத்தோட விலை எங்கேயோ எகிறியிருக்கும்' என்பார் தந்தை.

"அப்படியா நினைக்குறீங்க?"

"பொறுத்திருந்து பாரு! அது மாதிரியே இன்னொண்ணும்கூட எனக்கு உறுதியாப் படுது! ஜாமுண்டிபால் குடும்பத்தோட பேரையும் புகழையும் நீ மண்ணோட மண்ணாக்கப் போறேங்கிறதுதான் அது! நீ ஒருத்தனே போதும்! இந்தக் கட்டடத்திலே இருந்து கிடைக்கிற வாடகைப் பணம் மட்டும்தான் நமக்கு மிஞ்சியிருக்கப் போகுது. நம்ம குடும்பத்தோட கறுப்பு ஆடு நீதான்! இந்த லட்சணத்திலே தனியா வியாபாரம் வேற செய்யணுமா?" ஆனால் அவர் தன் மகனைக் குறைவாக எடை போட்டுவிட்டார் என்றே சொல்ல வேண்டும்.

பிரதான சாலையில் இருந்த நிலத்தில் மிகப் பெரிய பல மாடிக் கட்டடம் ஒன்றைக் கட்டி அதிலிருந்த குடியிருப்புகளைப் பெருத்த விலைக்கு விற்றார் மனுபால். கீழ்த் தளத்தில் புத்தம் புதிய கடை ஒன்றும் உருப்பெற்றது. டெலிவிஷன், வீடியோ இன்னும் பல மின்னணுச் சாதனங்களை விற்பனை செய்யும் அந்தக் கடைக்கு 'டிஸ்கோ' என்று பெயர் சூட்டினார் அவர். அந்தப் பக்கத்தில் வசித்த வர்கள் 'டிஸ்கோ மனு' என்றுதான் அவரை அழைத்தார்கள். தந்தையை விட ஒருபடி மேலே போய்விட்ட அவர் இப்போது அரசியலிலும் நுழைய முற்பட்டிருந்தார். இப்படிப்பட்ட ஒரு சூழ்நிலையிலேதான் மனுபாலின் உதவியை நாடி தருண் சங்கத்தார் அவரை அணுகியிருந்தனர்.

"உங்க கிட்ட எக்கச்சக்கமா பணம் இருக்கு...! கொஞ்சம் கலை கலாச்சார விஷயங்களிலேயும் இறங்குங்களேன்."

"என்ன சொல்றீங்க நீங்க? நான்தான் 'ஜாத்ரா' பண்டிகைக் கொண்டாட்டத்துக்கு ஏற்பாடு செஞ்சு தந்துக்கிட்டுதானே இருக்கேன்?"

"உங்களோட சமூக அந்தஸ்துக்கு அதெல்லாம் ஒண்ணுமேயில்ல."

"தருண் சங்கத்துக்குக் கட்டடம் கட்டித் தரவும் நான்தான் உதவி செஞ்சிருக்கேன். அதுக்கு முன்னாலே உங்க சங்கம் ஓட்டு வீட்டிலே தான் இருந்தது."

"இருந்தாலும்.."

"இன்னும் என்ன வேணும்?"

"இந்தக் காலத்திலே பெரிய பெரிய கம்பெனிகள் எல்லாம் கலை நிகழ்ச்சிகள் நடத்த 'ஸ்பான்ஸர்' செய்யறாங்க தெரியுமா?"

"நான் என்ன அப்படி ஒரு பெரிய கம்பெனியா வச்சிருக்கேன்?"

"அப்படி ஒண்ணும் உங்களை நீங்களே குறைச்சுப் பேசாதீங்க... எங்களைப் பொறுத்த வரைக்கும் நீங்க ஒரு தொழிலதிபர். நீங்களும் இதைச் செஞ்சுதான் ஆகணும்"

"என்ன செய்யணும்?"

"பிரபலமான மனிதர்களை கௌரவிக்க நடத்துற நிகழ்ச்சி களுக்கு உதவி செய்யணும்... நாடக, திரைப்பட விழாக்கள் நடத்தவும் கூட இருக்கணும்."

"சரி... அதனாலே என் சமூக அந்தஸ்து இன்னும் மேலே போக வழி இருக்கா?"

"நிச்சயமா..."

"என் பேரு பேப்பர்லே எல்லாம் வருமா?"

"கட்டாயமா! நல்ல விளம்பரம் கிடைக்கும், உங்க படத்தோட செய்தி வரும்."

"அப்படீன்னா சரிதான்! எது வேணா செய்யுங்க! அவங்களுக்குப் பாராட்டுப் பத்திரம் கொடுக்கணும்னு நினைக்கிறீங்களா?"

"அதோட கொஞ்சம் சன்மானமும்கூட."

"எல்லாம் சேர்ந்து எவ்வளவு ஆகும்?"

"அதிகமா ஒண்ணும் இல்லே... ஐயாயிரம் ரூபாய் கிட்டே வரலாம்."

இவ்வாறாக ஓர் எழுத்தாளர், ஒரு கலைஞர், ஒரு விளையாட்டு வீரர் என்று ஒரு சிலரைத் தேர்ந்தெடுத்து ஒவ்வோர் ஆண்டும் பாராட்டு விழா நடத்துவதென்று தருண் சங்கத்தார் முடிவு செய்தனர்; அதைச் செயல்படுத்தியும் வந்தனர்.

இந்த முறை, நிகில் இவ்வாறு சொன்னார்.

"ஒவ்வொரு தரமும் நாம வெளியிலே இருக்கிற ஆளுகளையே கூப்பிட்டுக்கிட்டிருக்கோம். பல நேரம் அவங்க வரவும் மாட்டேங் கிறாங்க."

"நம்ம பக்கத்திலே அப்படி யாராச்சும் பிரபலமானவங்க இருக் காங்களா என்ன...?"

"இல்லாம என்ன...?"

"யாரு?"

"அருண் தத்தான்னு ஒரு பெண் ஓவியர் இருக்காங்க. ஓவியக் காட்சியெல்லாம்கூட நடத்தியிருக்காங்க அவங்க. 'ரேடியோ'விலே 'நஸ்ருல் கீத்' பாடற தீபக்கைக் கூப்பிடலாம். அப்புறம் மந்தான்னு ஒருத்தர் 'பி' குழுவுக்காக விளையாடிக்கிட்டிருக்காரு. விளையாட்டு வீரருக்கு அவரைக் கூப்பிட்டுக்கலாம்."

“எழுத்தாளருக்கு என்ன செய்யறது?”

“ஏன்... அதுக்குத்தான் அந்தக் கண்ணு தெரியாத சுப்ரபாத் தத்தா சௌத்ரி இருக்காரே?”

“அவரைப் பத்தி யாருமே கேள்விப்பட்டதுகூட இல்லையே.”

“வயசானவங்களுக்கெல்லாம் அவரைத் தெரியும். இன்னொண்ணு, அவர் இங்கேயேதான் இருக்கார்.”

“நாம கட்டாயமா அவரை...”

“சரி... அதைப் பத்தி ஹிமங்ஷூ பாபு கிட்ட போய்ப் பேசிப் பார்க்கலாம்.”

ஹிமங்ஷூ பாபு, ஓய்வுபெற்ற பத்திரிகையாளர்; வங்காள நாளிதழ் ஒன்றில் வேலை பார்த்தபோது அதன் இலக்கியப் பகுதிக்குப் பொறுப்பாக இருந்தவர். மதிப்புரைக்காகத் தன்னிடம் வந்த புத்தகங்களை வைத்துத் தனக்கான தனிப்பட்ட நூலகம் ஒன்றை அவர் உருவாக்கி வைத்திருந்தார்.

“ஓ... சுப்ரபாத் தத்தா சௌத்ரியா...?” என்று முனகியபடியே “கொஞ்சம் பொறுங்க. என்கிட்டே இருக்கிற அட்டவணைப் பட்டியல்லே பார்க்கிறேன்... எல்லாத்தையும் சரியா செய்யணும் இல்லையா, ‘எஸ்’ வரிசையிலே பார்க்கிறேன்.”

“சரி... தயவுசெய்து பார்த்துச் சொல்லுங்க.”

“இதோ... இருக்கு! ‘உஷா ஓ காட்குலி’ (1951), ‘சரபிதாய் (1954)’, ‘ஈஷோஃப்பிரே ஈஷோ (1958)’, ‘கபீர் கபிதா (1961)’ அப்படீன்னு நாலு புத்தகம் இருக்கு.”

“நல்ல பிரபலமானவர்தானா?”

“பிரபலமான இதழ்கள் எதிலேயும் அவர் எழுதலை! ரயில்வேயில சின்னதா ஏதோ ஒரு வேலை பார்த்தபோது நிறைய இடத்துக்குப் போயிருக்கார்னு தெரியுது! மெத்னிபூர்லே அவருக்கு ஒரு பாராட்டுக் கூட்டம் நடத்தி ‘காவ்யபாரதி’ ன்னு ஒரு பட்டம் கொடுத்திருக்காங்க. சில சமயம் என்னைப் பார்க்க இங்கே அவர் வர்றதுண்டு.”

“எத்தனை வயசிருக்கும் அவருக்கு?”

“ஐயோ... ரொம்ப வயசானவர் அவர்.”

“அப்புறம் எதுவும் எழுதலியா?”

“அவருக்குக் கண் தெரியாமப் போய் வேலையை விட வேண்டியதாப் போச்சு. ஏதோ ஒரு பையன் மட்டும் இருக்கான்.”

நிகிலும் அதை ஆமோதித்தார். “ஆமாமாம்! அப்பாவுடைய வேலை காஞ்ச்ரபார்லே அவனுக்குக் கிடைச்சுதுன்னு நினைக்கிறேன்...

அப்பா அம்மாவோட தொடர்பு வச்சுக்கறதே இல்லை அவன். அவங்க ரொம்ப மோசமான நிலையிலே இருக்காங்க."

"பிரபலமான பல எழுத்தாளர்கள் அவருக்குக் கடிதம் எழுதியிருக்காங்க. ஒரு தரம் என்கிட்டேகூடக் காட்டியிருக்காரு. அவரோட மனைவி என்கிட்டே உதவி கேட்டு வந்த சமயத்திலே தான்னு நெனக்கிறேன். வசதிக் குறைவினாலே கஷ்டப்படற எழுத்தாளர்களுக்கான உதவிப் பென்ஷனை அவருக்கு வாங்கிக் கொடுக்க நான் முயற்சி செஞ்சேன்."

"வாங்கிக் கொடுத்தீங்களா...?"

"இல்லை... அது ஒண்ணும் அவ்வளவு சுலபம் இல்லை."

"நாங்க இப்ப... இப்படி ஒரு திட்டம் போட்டிருக்கோம்... அவரைப் பாராட்ட..."

"நல்லா செய்யுங்க! அவருக்கு விழா நடத்துங்க...! எல்லா மனுஷங்களும் என்னிக்கோ ஒருநாள் சாகத்தான் போறோம். தன்னோட வட்டாரத்திலே இருக்கிற ஜனங்க கிட்டே இருந்தாவது அவருக்கு ஏதோ கொஞ்சம் அங்கீகாரம் கிடைக்கட்டும். உங்க சங்கம் நடத்துற நிகழ்ச்சிகளுக்கெல்லாம் பல வருஷம் முன்னாலே அவரும் கூட வந்திருக்கார். அவரோட மனைவிதான் அவரைக் கூட்டிக்கிட்டு வருவாங்க. இப்போ அவரால அப்படிக்கூட வர முடியுமான்னு எனக்குத் தெரியலை."

சங்கத்திலிருந்து வந்த இளைஞர்களுக்குக் கறுப்புக் கண்ணாடி அணிந்த ஒரு கண் தெரியாத மனிதரையும், அவரை வழி நடத்திக் கொண்டு வந்த அவர் மனைவியையும் பற்றிய மங்கலான நினைவுகள் எழுந்தன.

"ரொம்ப பிரபலமா இருக்கிறவங்க இங்கே வர விரும்பறதே இல்லை! நாமதான் அவங்க பின்னால வெட்டியா ஓடிக்கிட்டிருக் கோம்! இந்தத் தடவை, பக்கத்திலே உள்ளவங்களைக் கூப்பிடுறோம். ஒவ்வொருத்தருக்கும் நூற்றியொரு ரூபாய்னு கணக்கு வச்சு நாலு பேருக்கும் தந்திடலாமா?" என்றார் நிகில்.

அதற்கு உடனடியாக இப்படி எதிர்வினையாற்றினார் தபன்.

"நிகில்... அந்த விஷயமெல்லாம் நம்ம பட்ஜெட்டைப் பொறுத்தது."

"எவ்வளவு பணம் இருக்கு?"

"மனுபால் கிட்டே இருந்து ஐயாயிரம், சங்கத் தலைவர் தந்தது ஐயாயிரம், அப்புறம் அக்கம்பக்கத்திலேயிருந்து வசூலிச்சது."

"அது போதாதா?"

"பார்ப்போம்."

“விழா மலர் ஒண்ணு அச்சிடணும். அதுக்கு விளம்பரம் கிடைக்கும்.”

“அதைப் பத்தியும் யோசிச்சுப் பார்ப்போம்.”

“எதுக்கெடுத்தாலும் நாம ஏன் கல்கத்தாவுக்கே ஓடிக்கிட்டு இருக்கணும்? அவங்களைப் பொறுத்த வரை நாம புறநகர் காலனியிலே இருக்கறவங்கதான்! அதனாலே, உள்ளூர் ஆட்களாகவே தேர்ந் தெடுத்துக்கறது நல்லதுதான்” என்றார் ஹிமங்ஷூ பாபு.

அவர்கள் அவரிடம் விடைபெற்றுச் சென்றார்கள்.

“பேசாம ஹிமங்ஷூ பாபுவையே தலைவராப் போட்டுடலாம். வேற யாராலேயும் அந்தக் கிழவரைப் பத்திப் பேச முடியாது. அவர் எப்படியும் வந்திடுவார்னு நினைக்கிறேன்.”

“அவராலே வர முடியலைன்னா அவரோட சார்பிலே அவர் மனைவி வரட்டும்... அதுக்கு ஏற்பாடு செய்ய வேண்டியது என்னோட பொறுப்பு” என்றார் நிகில்.

எல்லா ஏற்பாடுகளும் முறையாக நடக்க ஆரம்பித்தன. ஒரு ஞாயிற்றுக் கிழமையன்று காலை நேரத்தில் சுப்ரபாதைக் காண விழா கமிட்டியினர் சென்றனர்.

அந்த வீடு, ஒரு பாழடைந்த வீட்டைப்போல இருந்தது. முற்றத்தைச் சுற்றி ஒரு வேலி. ‘சுப்ரபாத் தத்தா சௌத்ரி, காவ்யபாரதி’ என்ற எழுத்துகளைத் தாங்கிய ஒரு அஞ்சல் பெட்டி மூங்கில் கழி ஒன்றில் கட்டிவைக்கப்பட்டிருந்தது. அது இருந்த கோலத்தைப் பார்த்தபோது அதில் அஞ்சல்கள் வந்து வெகு காலமாகி இருக்கு மென்று தோன்றியது. முற்றத்தில் எதையோ உலர்த்திக்கொண்டிருந் தாள் கவிஞரின் மனைவி. சற்று தூரத்தில் ஒரே ஒரு முருங்கை மரம் மட்டும் நின்றிருந்தது. சமையல் பாத்திரங்கள் வராந்தாவில் அங்குமிங்குமாக இரைந்து கிடந்தன.

“தாத்தா எங்கே?”

“உள்ளே இருக்கார்.”

“வராந்தாவிலே வந்து உட்காருவதில்லையா அவர்?”

“என்னோட வேலையெல்லாம் முடிச்ச பிறகு நான் கூட்டிக் கொண்டு வந்து வெளியே உட்கார வைப்பேன். குளிக்க வைப்பேன், அப்புறம் அவர் உள்ளே போயிடுவார்”

“அவர் வெளியே எங்கேயும் போகறதில்லையா?”

“இல்லை... அவராலே முடியாது!”

“காது நல்லாக் கேட்குமா அவருக்கு?”

“ம். அது முடியுது.”

“கொஞ்சம் பேர் அவரைப் பார்க்க வந்திருக்காங்க.”

“பென்ஷனிலே ஏதாச்சும் பிரச்சினை இல்லையே?”

“சே... சே! இது ஒரு நல்ல சேதி.”

“இந்த வீட்டுக்கு எந்த நல்ல செய்தியோடயும் யாருமே வர்றதில்லை. சொல்லப்போனா ஒருத்தருமே இங்கே எப்பவுமே வர்றதில்லை. எனக்கு உடம்பு முடியாமல் போகும்போது மருந்து வாங்குறதுக்கும், அப்பப்ப செய்தித்தாள் கடன் கொடுக்குறதுக்கும் துணையா எங்ககூட இருக்கறது நீ மட்டும்தான் நிகில்.”

“உங்க பையன் வீட்டுக்கு வர்றதே இல்லையா?”

“இல்லை! ஒவ்வொரு தடவையும் பூஜை சமயத்திலே மட்டும் முப்பது ரூபாய் அனுப்புவான், அப்புறம் தசரா வாழ்த்து சொல்லி ஒரு கடிதம்! கொஞ்சம் ஒரே ஒரு நிமிஷம் பொறுத்துக்குங்க. அவரை நாற்காலியிலே கொஞ்சம் உட்கார வச்சிட்டு வரேன்.”

அதற்குச் சிறிது நேரம் பிடித்தது. அவர்கள் உள்ளே நுழைந்த போது லுங்கியணிந்த சுப்ரபாத் நாற்காலியில் அமர்ந்திருந்தார். கறுப்புக் கண்ணாடி போட்டிருந்தார். நரைத்த தலைமுடி ஒட்ட வெட்டப்பட்டிருந்தது. ஒரு காலத்தில் ஆஜானுபாகுவான ஒரு மனிதராக அவர் இருந்திருக்க வேண்டும். இப்போது கொக்கியில் மாட்டியிருக்கும் துணிகளைப்போல எலும்பாகிப்போன அவரது உடலில் ஆங்காங்கே தளர்வாய்த் தொங்கிக்கொண்டிருந்த சதைகள் மட்டும்!

அந்த அறையில் வித்தியாசமான ஒரு வாடையை உணர முடிந்தது. நீண்டகாலம் நோய்வாய்ப்பட்ட ஒருவரது அறையில் எழும் ஒரு வகையான துர்வாடை அது. எச்சில் துப்புவதற்கும், சிறுநீர் கழிப்பதற்கும் அவர் பயன்படுத்தும் கோப்பைகளை அவர் மனைவி அங்கிருந்து சமயோசிதமாக அப்புறப்படுத்திவிட்டிருந்தாள்.

“நமஸ்காரம்... நீங்கள்லாம்...?”

“நாங்க தருண் சங்கத்திலே இருந்து வரோம்.”

“ஓ. உங்க நிகழ்ச்சியெல்லாம் ரொம்ப நல்லா ஏற்பாடு செய்யறீங்க. நான் சிலதுக்கு வந்திருக்கேன். சில எழுத்தாளர்கள் பேசறதைக் கேட்டிருக்கேன். இப்ப எல்லாம் என்னாலே வர முடியறதில்லை.”

“இந்தத் தடவை உங்களை கௌரவிக்கறதா இருக்கோம்.”

“என்னையா?”

சுப்ரபாத் திடீரென்று பதற்றமடைந்தவரைப் போலத் தெரிந்தார். நிறம் மங்கிப்போன ஒரு பாராட்டுப் பத்திரமும், அவரது கவிதை

நூல்களின் அட்டைகளும் மரச் சட்டமிடப்பட்டு சுவரில் தொங்கிக் கொண்டிருந்தன.

"அஞ்சு வருஷத்துக்கு முன்னாடின்னாக்கூட என்னாலே வர முடிஞ்சிருக்கும். இப்ப எனக்கு இருக்கிற மூட்டு வலியிலே எங்கேயும் நகரக் கூட முடியறதில்லை. இவ எப்படியோ என்னை வாசல் பக்கம் கூட்டிக்கிட்டுப் போய் சூடான தண்ணியிலே குளிக்க வச்சிடுறா."

நிகில் குறுக்கிட்டார்.

"தாத்தா... நான்தான் நிகில்! ஞாபகம் இருக்கா?"

"ம்.. ஞாபகம் இருக்கு."

"நீங்க வர முடியலைன்னாகூடப் பரவாயில்லை. உங்க சார்பிலே பாட்டியம்மா வந்தாப் போதும்."

"அது நல்ல யோசனை."

"நானே வந்து அவங்களை அங்கே கூட்டிக்கிட்டுப் போறேன்."

"அப்ப சரி..!"

அவர்கள் கிளம்ப ஆயத்தமானபோது, "உங்களுக்கு ஒரு டீ கூட என்னாலே போட்டுத் தர முடியலை, மன்னிச்சிக்கங்க" என்றாள் அவர் மனைவி.

"அது பரவாயில்லை. போனால் போகுது! இப்பவே லேட்டா யிடிச்சு. வரோம்."

சுப்ரபாத், தன் மனைவியை அழைத்தார்.

"அவங்க சொன்னதைக் கேட்டியா?"

"ஆமாம், கேட்டேன்."

"எல்லாரும் என்னை மறந்துபோயிருப்பாங்கன்னு நினைச்சிக் கிட்டிருந்தேன்."

"சே... சே... அப்படியிருந்தா இவ்வளவு தூரம் வந்திருக்க மாட்டாங்களே?"

"சரி... இதோபாரு! எனக்காக நீதான் அந்த விழாவிலே பங்கெடுத்துக்கணும். உன்னோட பேச்சிலே நீ என்னைப் பத்திச் சொல்லப் போறே."

"என்னது, அங்கே பேசணுமா? என்னால அது எப்படி முடியும்?"

"கட்டாயம் அங்கே நீ பேசித்தான் ஆகணும். ஒருத்தரைப் பாராட்டும்போது அவங்களும் பதிலுக்குப் பேசணும். பன்ஸ்குராவிலே எனக்குப் பாராட்டுப் பத்திரம் கொடுத்தப்ப நான் பேசினேன். அந்தப் பேச்சைப் பிரசுரிக்கவும் செஞ்சாங்க."

"இன்னும் என்னவெல்லாமோ கொடுத்தாங்க இல்லே! இனிப்பு, மாலை, சால்வை இப்படி..."

"ஆமாம். நீகூட அந்த விழாவுக்கு வர முடியாமப்போச்சு."

"அப்ப ஸ்வபனுக்கு இரண்டு மாசம்தான் ஆகியிருந்தது."

"கமல்!"

அவள் திடுக்கிட்டு நிமிர்ந்து பார்த்தாள். அவளது பெயர் ப்ரஃபுல்ல கமல். சுப்ரபாத் அதை 'கமல்' என்று சுருக்கி அழைப்பார். ஆனால் இப்போது நீண்ட நாட்களாக அவர் அவளைப் பெயர் சொல்லிக்கூட அழைப்பதில்லை.

"என்ன, கேக்கறியா" என்பது போல ஒரு சில வார்த்தைகளை மட்டும்தான் அவளோடு பேசும்போது அவர் இப்போது பயன்படுத்தி வந்தார். இத்தனை ஆண்டுகளுக்குப் பிறகு 'கமல்' என்று அவர் பெயர் சொல்லி அவளை அழைத்தது வினோதமாக இருந்தது.

"என்ன... சொல்லுங்க."

"இன்னிக்கு எனக்குக் குளிக்கணும்போல இல்லை."

"அப்படின்னா உடம்பைத் துடைச்சு விடவா?"

"அது தேவலை... செய்! அப்புறம் இன்னொண்ணு சொல்லணும்."

"என்னது, சொல்லுங்க."

"அந்தப் பெட்டியை என்கிட்ட கொண்டு வந்து தர்றியா?"

"கட்டாயம் தரேன். முதல்லே உங்க உடம்பைத் துடைச்சு விடறேன். ஏதாவது சாபிடுங்க. அப்புறம் மருந்தெல்லாம் எடுத்துக்குங்க... அதுக்குப் பின்னாலே பெட்டியைக் கொண்டுவந்து தரேன்."

"இன்னிக்கு என்ன சமைச்சிருக்கே?"

"கொஞ்சம் கடுகுத் துவையல், பருப்பு வேறென்ன?"

"வேறெதுவும் இல்லியா?"

"முருங்கைக்காய் வதக்கல்."

"நல்லது."

கணவருக்கு உடம்பு துடைத்து, உணவு கொடுத்துப் படுக்க வைத்தபோது அவளது இதயத்தில் ஆழமான துக்கம் பீறிட்டுக் கொண்டு வந்தது. மீனின் சுவையையே அவள் மறந்துபோயிருந்தாள். அவருக்கு மாதா மாதம் கிடைக்கும் பென்ஷன் தொகை முந்நூற்றுப் பதினொரு ரூபாய் மட்டும்தான். தர்ம ஆஸ்பத்திரியில்தான் மருந்து வாங்க வேண்டும். வருடத்தில் அவளுக்கு ஒரு புடவை, அவருக்கு இரண்டு லுங்கி, இரண்டு வேட்டி ஜிப்பா. அவ்வளவுதான். இவற்றில் எதை எதற்காக விட்டுக் கொடுக்க முடியும்?

தனக்குரிய புடவை, சட்டை, உள்பாவாடை ஆகியவற்றை வாங்குவதற்கு அவள் ஜாதவ்பூர் ஸ்டேஷன் வரை நடந்து போவாள். ஸ்டேஷனுக்குப் பக்கத்தில் பழைய துணிகள் விற்கும் இடத்தில் அவற்றை வாங்குவாள். ஏற்கனவே பயன்படுத்தி சாயம் போன பழைய ஆடைகளாக அவை இருக்கும். ஒரு கவிஞனின் மனைவிக்கு அதுவே போதுமானதுதான்.

"அவருக்கு நீங்கள் சத்தான ஆகாரம் தர வேண்டும்" என்கிறார் மருத்துவர். அவளுக்கு அது எப்படி சாத்தியப்படும்? வீட்டு முற்றத்தில் கடுகுக் கீரையும், முருங்கை மரமும் வைத்து வளர்த்து அதையே பயன்படுத்தி வந்தாள். ரேஷன் கடையில் தானியமும், எண்ணெயும் வாங்குவாள். ஒரு நாளில் ஒரு தடவை வயிறு நிரம்பச் சாப்பாடு போடுவதற்கே அவள் படாத பாடு படவேண்டி இருக்கிறது. ஸ்வபன் இப்போது நன்றாகத்தான் சம்பாதித்துக் கொண்டிருக்கிறான். டெலிவிஷன்கூட வாங்கிவிட்டான். நிகில் ஒரு முறை அவனைப் போய்ப் பார்த்துவிட்டு வந்தார். ஸ்வபனின் மனைவிகூட ஏதோ வேலை பார்க்கிறாள்.

மகனின் முகம்கூட இப்போது அவளுக்கு நினைவில்லை. முழுக்க முழுக்கத் தன்னை மட்டுமே சார்ந்திருக்கும் நோயாளியான கணவரைப் பற்றிய சிந்தனை ஒன்று மட்டுமே அவள் இதயத்தை ஆக்கிரமித்திருந்தது. பிற ஞாபகங்களுக்கு அங்கே கொஞ்சமும் இடமில்லை.

கணவர் சாப்பிட்ட அதே தட்டில் அவளும் சாப்பிட்டு முடித்தாள். பிறகு பாத்திரங்களைக் கழுவி, எல்லாவற்றையும் சுத்தப்படுத்தி அடுக்கி வைத்தாள். வாயில் ஒரு பாக்கை அடக்கி மென்று கொண்டே டிரங்குப் பெட்டியை எடுத்துத் திறந்தாள். அந்த டிரங்குப் பெட்டியில் பெரிய சொத்தென்று எதுவும் இல்லை. மிகவும் பழைய ஒரு ஜரிகைப் புடவை, அவர்கள் இருவருக்கும் இரண்டு பருத்தி சால்வைகள், கணவர் அணிந்துகொள்ளும் ஸ்வெட்டர், ஒரு வெள்ளிக் குங்குமச் சிமிழ் இவை மட்டும்தான் அதில் இருந்தன. அவற்றோடு கூடவே சிறியதாய் ஒரு மரப் பெட்டி. அதைத் தன் கணவரிடம் எடுத்துக் கொண்டு வந்தாள் அவள்.

"கமல்"

"ம்"

"அதையெல்லாம் எனக்குக் கொஞ்சம் வாசிச்சுக் காட்டேன்."

'50களிலும் 60களிலும்' புகழ்பெற்றவர்களாய் இருந்த பல கவிஞர்களும் அவருக்கு எழுதியிருந்த சுருக்கமான கடிதங்கள் அவை. 'வங்க பாரதி', 'சாகித்ய சுதா', 'குமுத்', 'பல்லிடோஷினி' முதலிய பத்திரிகைகளில் வெளியான மதிப்புரைகளின் பக்கங்கள் அதில் கத்தரித்து அடுக்கி வைக்கப்பட்டிருந்தன.

"எங்கே... அதையெல்லாம் எனக்குக் கொஞ்சம் படித்துக் காட்டு. அதையெல்லாம் கேட்டப்புறம்தான் நீ பேச வேண்டிய பேச்சை என்னால தயார் செய்ய முடியும்."

"இருங்க... முதல்லே என்னோட மூக்குக் கண்ணாடியை எடுத்துக்கிட்டு வர்றேன்."

அவள் வாசிப்பதைப் பரவசமாகக் கவனித்துக்கொண்டிருந்தார் அவர்.

"நாளைக்கு நான் சொல்லச் சொல்ல நீ ஒரு தாளிலே எழுதி வச்சிக்கோ. நானே நேரில வந்து பேசுற மாதிரி இருக்கணும்."

"நீங்க எது சொன்னாலும் சரிதான்."

"இதையும் கொஞ்சம் கேட்டுக்கோ. இந்தச் செய்தி கட்டாயம் செய்தித்தாளிலே எல்லாம் வரும். வறுமையிலே கஷ்டப்படுற எழுத்தாளர்களுக்கான உதவித் தொகையை இந்த முறையாவது எனக்கு வாங்கித்தர முடியுமான்னு ஹிங்ஷூ பாபு கிட்ட கேளு"

"உங்களுக்கு எது சரின்னு படுதோ, அதை நான் செய்யுறேன்."

"சரி... இப்ப உன் கையைக் கொஞ்சம் கொடு" சுப்ரபாத் தன் மனைவியின் கையை மென்மையாக வருடிக் கொடுத்தார்.

"எலும்பை எண்ணிடலாம் போல இருக்கே. உனக்கு எவ்வளவு அழகான நிறம் இருந்தது?' சம்பகலா மாதிரி பொன் வண்ணத்திலே மின்னலடிக்கும். பார்க்க அவ்வளவு அழகா இருப்பே. குளிச்சிட்டு வந்து என்னைப் பார்த்து இலேசா சிரிக்கும்போது நீ அற்புதமா, அப்பதான் பூத்த தாமரைப் பூ மாதிரி இருப்பே."

"அதுக்கென்ன செய்யறது? இப்ப எனக்கு வயசாகிட்டு வருதுல்லே?"

"அறுபதெல்லாம் ஒரு வயசா? பதினஞ்சு வயசிலே என்னைக் கல்யாணம் செய்துக்கிட்டே. பதினாறு வயசிலே மகனைப் பெத்தெடுத்தே. இப்ப என்னோட பையன்கூட எனக்கு ஒரு அந்நியனைப் போல ஆயிட்டான். கடவுள் என் கண்ண குருடாக்கிட்டது கூட ஒரு வகையிலே நல்லதுதான்! நீ இப்ப எந்த மாதிரி மோசமா இருக்கேன்னு என்னால பார்க்க முடியாம இருக்கே... அந்த வகையிலே அது நல்லதுதான்."

"எனக்கு இப்ப அறுபது இல்லை. அறுபத்து இரண்டு வயசாச்சு."

"வாழ்க்கையிலே நிறைய கஷ்டத்தை வேற பார்த்திருக்க."

"அப்படியெல்லாம் ஒண்ணும் இல்லை."

"நெஜமாவே இல்லையா?"

"இல்லவே இல்லை. நீங்கதான் என் கூடவே இருக்கீங்களே, அப்புறம் என்ன?"

இரண்டு பேரும் சிறிது நேரம் அமைதியாக அப்படியே உட்கார்ந்திருந்தனர். அந்தப் பழைமையான வீட்டின் மேற்குப் புறத்து ஜன்னல் வழியாக மாலையின் பொன்னொளி மென்மையாக உள்ளே படர்ந்து கொண்டிருந்தது. அந்த அறை முழுவதுமே தங்க நிறத்தில் ஜொலித்தது.

பாராட்டு விழாவுக்கான நாள் நெருங்கி வந்துகொண்டிருந்தது. ஒலிபெருக்கி வழியாக விழா குறித்த தகவல்கள் விளம்பரப்படுத்தப் பட்டுக்கொண்டிருந்தன. நிகழ்ச்சிக்கு ஒரு சில நாட்களுக்கு முன்பு ஒரு ரிக்ஷாவில் அமர்ந்தபடி உரத்த குரலில் அது பற்றிய அறிவிப்பைச் செய்துகொண்டு போனார் நிகில்.

"நண்பர்களே! தருண் சங்கத்தின் ஆண்டு விழாவும், பாராட்டுக் கூட்டமும் நடைபெறப் போகிறது. இந்த ஆண்டு நம் பகுதியில் வாழும் பெருமக்களைக் கௌரவிக்கப் போகிறோம் என்பதில் எங்களுக்கும் பெருமை. கலைஞர் ஆரத்தி தத்தா... இல்லை இல்லை... ஓவியர் ஆரத்தி தத்தா, 'நஸ்ருல்கீதி' பாடகர் தீபக் புஷிலால், அப்புறம் மந்தா... அவர்தான் பிரபலமான கால்பந்து விளையாட்டு வீரரான சுமந்த்ரா சௌத்ரி. இன்னொருவர் புகழ் பெற்ற கவிஞரான சுப்ரபாத் சௌத்ரி!"

"இந்த நிகழ்ச்சிகளோடு கூடவே சுவாரசியமான கலை நிகழ்ச்சி களும் உண்டு. லதா மங்கேஷ்கரைப் போலவே, அதேபோன்ற குரல் கொண்ட பமேலா ராய் பாடப் போகிறார். ரஞ்சு நாயக்கின் 'தனுச்சி' நடனமும் இருக்கிறது. வானொலிக் கலைஞரான ஷிஷிர் போடார் அவர்களும் கவிதைகள் சொல்லயிருக்கிறார்!"

அந்த அறிவிப்பைக் கேட்டு இப்படிச் சொன்னார் சுப்ரபாத்.

"இன்னிக்குக் காலமெல்லாம் ரொம்ப மாறிப்போச்சு! என் பேரை எப்படி அறிவிக்குறாங்க கேட்டியா?"

"கேட்டேன்! என் காதே குளிர்ந்து போச்சு... நல்ல சங்கீதத்தைக் கேட்ட மாதிரி."

"இதோ பாரு! நீ நிகழ்ச்சிக்குப் போகும்போது கொஞ்சம் நல்லா போகணும். என்ன இருந்தாலும் அது ஒரு விருது கொடுக்குற நிகழ்ச்சி இல்லையா."

"ஆமாமாம்."

கவிஞரின் மனைவிக்கு நிகில் குடும்பத்தாரோடு மட்டுமே கொஞ்சம் பழக்கம் இருந்து வந்தது. தனக்கு வேண்டிய உதவி நாடி அவர்களிடமே சென்றாள் அவள்.

இப்போது நிகிலின் வீட்டில் சற்று வசதி கூடியிருந்தது. அவரது தாய் மகிழ்ச்சியும், மன நிறைவும் மிகுந்த ஒரு குடும்பத்துக்குத்

தலைவியாக இருந்தாள். உள்ளே சென்ற கவிஞரின் மனைவிக்குப் பொய் சொல்வதைத் தவிர வேறு வழி எதுவும் தெரியவில்லை.

"என்னோட இரண்டு புடவையும் சலவைக்குப் போயிருக்கு... ஒண்ணு கடன் தர முடியுமா?"

"கட்டாயம் தரேன்! நீங்க ஓட்டுப் போடப் போகும்போதுகூட எப்பவும் நான்தானே கொடுப்பேன்?"

"ஏதாவது நகை போட்டுக்கிட்டுப் போக வேண்டியிருக்குமா?"

சலவையில் இருப்பதாகத் துணிமணிகளுக்கு வேண்டுமானால் சாக்குப் போக்கு சொல்ல முடியும். நகைக்கு என்னவென்று சொல்வது...?

"என்கிட்ட பித்தளை நகைதான் இருக்கு. தங்கம் இருக்கு! ஆனால் நான் அதிகமா அதையெல்லாம் போடறதில்லை. ஒரு நெக்லஸ் வேணும்னா உங்களுக்குத் தரேன். ஆனால் என் வளையல் உங்களுக்கு சேராதே."

"அது ஒரு ஜோடி வாங்கிக்கறேன்."

கவிஞரின் மனைவி இரண்டு ஜோடி பித்தளை வளையல்களை வாங்கிக்கொண்டாள். இரவல் வாங்கிய புடவையை மேலே சுற்றிக் கொண்டு அந்த இரவல் நெக்லஸையும் கழுத்தில் அணிந்து கொண்டாள். கடைசியாகத் தன்னிடம் இருந்த ரப்பர் செருப்பு களையும் மாட்டிக்கொண்டாள்.

"பேச்சை ஒழுங்காப் படிக்க முடியுதான்னு ஒரு முறை உறுதிப் படுத்திக்கோ" என்றார் கவிஞர்.

"அதெல்லாம் படிச்சிருவேன்."

"அப்புறம், இதை மட்டும் நினைவிலே வச்சிக்கோ. இந்த மாதிரி பெருமைப்படக்கூடிய சந்தர்ப்பம் வாழ்க்கையிலே ஒரே ஒரு முறைதான் வரும்."

"ஆமாம்! அது உண்மைதான்."

"இந்தக் காலனியிலே வசதியான பணக்காரங்க, ராஜா மாதிரி வாழறவங்க நெறையபேர் இருக்காங்க. ஆனால், பணம் மட்டுமே எல்லாமாயிடாது! கவிஞர்களை கௌரவிக்கிற மாதிரி அவங்களை யாரும் பெருமைப்படுத்திப் பாராட்ட மாட்டாங்க."

"ஆமாமாம்! அவங்களையெல்லாம் அப்படி யார் செய்வாங்க?"

நிகில் ஒரு ரிக்ஷா பிடித்துக் கொண்டு அங்கே வந்து சேர்ந்தார். அவள் தன் கணவரது காலைத் தொட்டு வணங்கி விட்டு, அந்தத் தாளைக் கவனமாகக் கையில் பிடித்தபடி ரிக்ஷாவில் ஏறிக் கொண்டாள்.

தருண் சங்க அரங்கம் கூட்டத்தால் நிரம்பிவழிந்துகொண் டிருந்தது. லதா மங்கேஷ்கர் குரலில் பாடும் பாடகி பமேலாவின் பாடல்களைக் கேட்க அவர்களில் பலரும் ஆர்வத்தோடு காத்திருந் தார்கள். கால்பந்து விளையாட்டு வீரரான சுமந்திராவின் ரசிகர்கள் பலரும் அங்கே கூடியிருந்தார்கள்.

கண்ணைக் கூசவைக்கும் பிரகாசமான விளக்குகளும், கூட்ட நெருக்கடியும் அவளைத் தடுமாற வைத்தன. அப்படி நிறைய பேர் இருக்கும் இடத்துக்கு அவள் சென்றதே இல்லை.

"நிகில்... கொஞ்சம் என் கையைப் பிடிச்சுக்கிறயாப்பா?"

"அதுக்கென்னம்மா... வாங்க"

நிகில் அவள் கையைப் பிடித்துக்கொண்டு மேடைக்கு அழைத்துச் சென்றார். ஹிமங்ஷுபாபு அவளுக்கு வணக்கம் செலுத்தி உட்காரச் சொன்ன பிறகுதான் அவள் சற்றே ஆசுவாசம் அடைந்தாள். அங்கிருந்த மற்றவர்களையும் பார்க்கத் தொடங்கினாள்.

"கவிஞர் சுப்ரபாத் சௌத்ரியின் மனைவியான இந்தப் பெண்மணியை உங்கள் அனைவருக்கும் அறிமுகம் செய்து வைப்பதில் மகிழ்ச்சி அடைகிறேன். அவருக்கு வழங்கப்படும் பாராட்டுப் பட்டயத்தை அவர் சார்பில் பெற்றுக்கொள்ளவே இவர் இங்கு வந்திருக்கிறார். ஓவியர் ஆரத்தி தத்தா, நஸ்ருல்கீதி பாடகர் புஷிலால், கால்பந்து வீரர் சுமந்திரா ஆகியோரையும் இங்கே வரவேற்கிறேன்."

அவளைவிட வயதில் குறைந்தவர்களாக மேடையில் இருந்த மற்றவர்கள் அவளுக்கு வணக்கம் செலுத்தினர். அவளும் தட்டுத் தடுமாறியபடி அவர்களுக்கு பதில் வணக்கம் சொன்னாள்.

அரங்கத்திற்கு உள்ளே இருந்ததைவிட வெளியிலிருந்த கூட்டம் அதிகமாக இருந்தது. ஹிமங்ஷுபாபுவிடம் வந்து நிகழ்ச்சியை ஆரம்பித்து விடுமாறு கேட்டுக்கொண்டார் தமன்.

"கூட்டத்தினைத் தொடங்கிடலாம்! இந்தக் காலத்துப் பசங்க கிட்டே வேற என்ன எதிர்பார்க்க முடியும்? கூட்டமெல்லாம் பமேலாவை எதிர்பார்த்துக்கிட்டிருக்கு."

"ரஞ்சு எங்கே?"

"மேக் அப் செஞ்சுக்கிட்டிருக்கான்."

"ஷிஷிர் போடார்...?"

"அவனை முதல் வரிசையிலே உட்கார வச்சிருக்கேன். பாராட்டுக் கூட்டம் முடிஞ்சப்புறம் மேடைக்குக் கூப்பிடலாம்னு இருக்கேன்."

"யார் முதல்லே அறிமுக உரை கொடுக்கறது?"

"மத்தவங்களைப் பத்தி நான் சொல்றேன். கவிஞரைப் பத்தி நீங்கதான் ஏதாவது கொஞ்சம் சொல்லணும். எங்களுக்கு அவரைப் பத்தி எதுவும் தெரியாது."

கவிஞரின் மனைவிக்கு இப்போது வியர்க்க ஆரம்பித்திருந்தது. 'கணவரின் உரையைப் படிக்க அவளை அனுமதிப்பார்களா? அல்லது அவளுக்காக ஹிமங்ஷூ பாபுவே அதைப் படிக்கப் போகிறாரா? அதைப் பற்றி அவரிடம் கேட்க வேண்டுமா?'

"நண்பர்களே! இப்போது நிகழ்ச்சி தொடங்குகிறது. 'சங்கீத் தொன்' உறுப்பினர்கள் ஒரு பாடலைப் பாடி அதைத் தொடக்கி வைக்க இருக்கிறார்கள்" என்ற அறிவிப்பைத் தொடர்ந்து மேடையில் ஒரே தள்ளு முள்ளு நிலவியது. இறுகிய முகத்தோடு சில பையன்களும் பெண்களும் முண்டியடித்துக்கொண்டு மேடைக்கு வந்தார்கள். ஒரு வழியாகப் பாடல் முடிந்து அவர்களும் கீழே இறங்கிவிட்டார்கள்.

"ஹிமங்ஷூ பாபு" என்று அவரை அழைத்தாள் கவிஞரின் மனைவி.

"சொல்லுங்க."

"அவர் தன்னுடைய உரையை எழுதி என்கிட்டே கொடுத்து விட்டிருக்காரு. எனக்காக நீங்க அதை வாசிக்க முடியுமா?"

"எங்கே, முதல்லே அதைக் கொஞ்சம் கொடுங்க பார்ப்போம்" என்றார் ஹிமங்ஷூ பாபு.

"உங்களாலே என்னோட கையெழுத்தை வாசிக்க முடியுமா? புரியுதா அது?"

"பார்ப்போம்" என்று சொல்லியபடியே பெருமூச்சு விட்டார் ஹிமங்ஷுபாபு.

"இப்போது பாராட்டு விழா ஆரம்பிக்கப் போகிறது. முதலில்... ஏய் மிலி... இங்கே கொஞ்சம் வா! முதலாவதாக ஆரத்தி தத்தாவை அழைக்கிறோம்... மிலி... இங்கே வா... எங்கே போனே?"

மிலி, ஆரத்தி தத்தாவிடம் ஒரு சில்வர் தட்டில் வைத்து எதையோ அளித்தாள்.

"பாராட்டுப் பத்திரத்தை இப்போது வாசித்து அளிக்கும்படி சிறப்பு விருந்தினரைக் கேட்டுக்கொள்கிறோம்"

ஹிமங்ஷூ பாபு அதை வாசித்த பிறகு, சிறிதுகூட உணர்ச்சியற்ற குரலில் ஆரத்தி தத்தா ஏதோ சொன்னார். கைத் தட்டல் வானைப் பிளந்தது.

“அடுத்ததாக இப்போது...”

கவிஞரின் மனைவிக்குத் தலை சுற்றத் தொடங்கியிருந்தது. முடியாது... தன் கணவரின் உரையை அவளால் அங்கே படிக்கவே முடியாது.

சட்டென்று ஹிமங்ஷூ பாபுவின் குரல் அவளுக்குக் கேட்டது.

“இன்றைய இளைஞர்களுக்காகக் கவிஞர் சுப்ரபாத் தத்தா சௌத்ரி பற்றி ஒரு சுருக்கமான அறிமுகம். ‘உஷா ஓ காட்குலி’, ‘சரபி தாய்’, ‘ஈஷோஃபிரே’, ‘கபீர் கபிதா’ ஆகிய அவருடைய கவிதை நூல்களைப் பற்றி நீங்கள் கேள்விப்பட்டிருக்க மாட்டீர்கள்... ஆனால் ஒரு காலத்தில்...”

அவர் பேசிக்கொண்டிருக்கும்போதே ‘சட்’டென்று வெளியே ஓர் ஆரவாரம் கேட்டது. ‘அவ வந்துட்டா’ ‘அவ வந்துட்டா’ ஒரு சிலர் அரங்கை விட்டு வேகமாக வெளியேறி ஓட ஆரம்பித்தனர்.

“அவருடைய கவிதைகளில் எளிமையும், இயற்கை மீதான காதலும், வாழ்வு குறித்த தீராத தாகமும்...” தொடர்ந்து பேசிக் கொண்டே போனார் அவர்.

“சீக்கிரமா பேசி முடிங்க. பமேலா வந்தாச்சு.”

ஹிமங்ஷூ பாபு சுருக்கமாக ஒரு சில வார்த்தைகளோடு முடித்துக்கொள்ள, தாவிக் குதித்து மேடைக்கு வந்த ஒரு பெண் தந்த தட்டை வாங்கிக்கொள்வதற்காகக் கவிஞரின் மனைவி எழுந்து நின்றாள். அவள் கண்களில் ஆர்வம் மிகுந்திருந்தது.

ஹிமங்ஷூ பாபு பாராட்டுப் பத்திரத்தை வாசித்தார். வெளியில் நிலவிய ஆரவாரம், அரங்கினுள்ளேயும் தொற்றிக்கொள்ள, பனாரஸ் பட்டு உடுத்திய ஒரு பெண் உள்ளே நுழைந்தாள். அவளைத் தொடர்ந்து ஒரு பெருங்கூட்டம். அவளிடம் உடனடியாக ஒரு மைக் திணிக்கப்பட்டது.

“சீக்கிரமா நன்றி சொல்லி முடிச்சிடுங்க ஹிமங்ஷூ பாபு! இந்த மாதிரி பேச்சைக் கேக்குற நிலையில இப்ப கூட்டம் இல்லை.”

கவிஞரின் மனைவி மெல்லிய குரலில் ஏதோ முணுமுணுத்தாள்.

“என் கணவர் சார்பாக உங்களுக்கு என் நன்றி. வந்தனம்.”

வெறும் கை தட்டக்கூட இல்லை.

“ம்... சீக்கிரம், சீக்கிரம்” என்று தருன் அவசரப்படுத்தினார்.

“ஐயோ... எல்லாத்தையும் கீழே போட்டுடப் போறீங்க... ஒழுங்காப் பிடிச்சிக்கோங்க. நிகில்! அவங்களை ஒரு ரிக்ஷா பார்த்து அனுப்பி வைங்க.”

நிகில், அவள் கையிலிருந்த தட்டு, பூங்கொத்து, பாராட்டுப் பட்டயம் மற்றும் இனிப்புகள் அடங்கிய சிறிய பெட்டி ஆகியவற்றை வாங்கிக்கொண்டார்.

"கொஞ்ச நேரம் இருந்துட்டுப் போறீங்களா இங்கே" என்றார்.

"வேண்டாம் நிகில். எனக்குத் தலை வலி வந்திடுச்சு" என்றாள் அவள்.

"அந்த 'கவரை' பத்திரமா வச்சிக்குங்க. அதிலே நூத்தியொரு ரூபாய் இருக்கு. உங்களுக்கு ஒரு ரிக்ஷா ஏற்பாடு செய்யறேன்"

அவள் ரிக்ஷாவில் ஏறும்போது உள்ளே பலத்த கைத்தட்டல் எழுவது காதில் விழுந்தது. இசைக் கச்சேரி தொடங்கியிருந்தது.

"அட... பமேலா மேடை ஏறிட்டாளா" என்றபடி நிகில் அரங்குக்குள் விரைந்தார்.

"நாம போகலாம்" என்று ரிக்ஷாக்காரரிடம் அவள் சொல்ல, வண்டி நகர்ந்தது. கணவரின் உரையையும், அவர்கள் தந்த பண முடிப்பு 'கவரையும்' அவள் தன் சட்டைக்குள் செருகி வைத்துக் கொண்டாள். வெளியே வீசிய குளிர்காற்றில் அவளது தலைவலி கொஞ்சம் குறைந்திருந்தது. அவர்கள் தட்டில் வைத்து மூடிக் கொடுத்திருப்பது என்னவென்று தெரியவில்லை. அவள் தன் புடவைத் தலைப்பால் அதை மூடிக்கொண்டாள்.

அவருடைய உரை வாசிக்கப்படவேயில்லை. ஹிமங்ஷூ பாபு என்ன பேசினார் என்பதையும்கூட எவரும் கேட்டதாக அவளுக்குத் தோன்றவில்லை. அந்த உரையை அவர் வாசித்திருந்தாலும்கூட அவர்கள் அதைக் கேட்டுப் பரிகசித்துச் சிரித்திருக்கக் கூடும்; இல்லையென்றால் அதைப் பாதியிலேயே நிறுத்தும்படிகூட அவர்கள் சொல்லியிருக்கலாம். பார்க்கப்போனால் அவர்களில் யாருக்குமே சுப்ரபாத் யாரென்பது தெரியாது. அந்தப் பெண்ணின் பாட்டைக் கேட்க வந்த கூட்டம்தான் அது. லதா மங்கேஷ்கரைப் போன்ற குரலைக் கொண்டிருக்கும் பமேலாவின் பாடல் அவளைச் சுற்றி எதிரொலித்தபடி இருந்தது.

"அவங்க என்ன லதாவையே கூட்டிக்கிட்டு வந்துட்டாங்களா" என்று கேட்டான் ரிக்ஷாக்காரன்.

"நீ முதல்ல கொஞ்சம் வேகமாய்ப் போப்பா" என்றாள் அவள்.

வீட்டு வாசலில் இறங்கிக்கொண்டு அவர்கள் தந்த பொருட்களையெல்லாம் ஒன்றாகத் திரட்டி எடுத்துக்கொண்ட பிறகு அவனுக்குரிய கூலியைக் கொடுத்து அனுப்பி வைத்தாள். பிரகாசமான கண்ணைக் கூச வைக்கும் அந்த வெளிச்சத்திலிருந்து விட்டுத் தன் வீட்டுக்கு வந்தபோது வராந்தாவில் எரியும் மங்கலான சிம்னி விளக்கையும், அங்கே உள்ள நாற்காலியில் அமர்ந்திருக்கும்

கணவரையும் பார்த்தபோது அவள் கண்களிலிருந்து கண்ணீர் வழிந்தோடியது.

"நீதானா? வந்துட்டியா?"

"ஆமாம், நான்தான்"

"என்னோட பேச்சை வாசிச்சியா?"

"ஹிமங்ஷூ பாபு, தன்னோட அறிமுகத்திலே உங்களைப் பற்றி நிறைய பேசினார். உங்க பேச்சை நான் வாசிச்சேன்."

"எல்லாரும் என்ன சொன்னாங்க?"

"அப்பா...! எப்படி ஒரு கைத் தட்டல் தெரியுமா? அதிலே காதே செவிடாகிப் போச்சு"

"உண்மையாவா?"

"ஆமாங்க"

"நீ என்ன அழறியா?"

"இந்த நாள் நாம் என்னிக்கும் நினைவிலே வச்சுக் கொண்டாட வேண்டிய நாள் இல்லையா... அதுதான் ஆனந்தக் கண்ணீர். இந்தாங்க... இதைக் கையிலே தொட்டுப் பாருங்க. ஒரு எவர்சில்வர் தட்டு, பாராட்டுப் பத்திரம், நிறைய இனிப்புகள், நூத்தியொரு ரூபாய் பணம், ஒரு பூங்கொத்து எல்லாம் கொடுத்திருக்காங்க... எல்லாமே ரொம்ப விலையுயர்ந்த சாமான்தான்."

"பாராட்டுப் பத்திரத்திலே என்ன சொல்லியிருக்காங்க?"

"நான் அதை உங்களுக்கு வாசிச்சுக் காட்டறேன்" என்றபடி அதைப் படிக்க ஆரம்பித்தாள் அவள். அவரைப் பற்றிய புகழுரை களை அவருக்கு வாசித்துக்கொண்டிருந்த அந்த வேளையில் அவள் மனதுக்குள் ஒரு பெரும்புயல் வீசிக்கொண்டிருந்தது. சுப்ரபாத், பெருமிதம் கலந்த புன்னகையோடு, முகமெல்லாம் மகிழ்ச்சி பொங்க அதைக் கேட்டுக்கொண்டிருந்தார்.

"எப்படி எழுதியிருக்காங்க பார்த்தீங்களா? 'உங்களை கௌரவிப் பதில் நாங்கள் பெருமை கொள்கிறோம்'னு சொல்லியிருக்காங்க. எத்தனை வகையான வார்த்தைகளிலே உங்களைப் புகழ்ந்திருக்காங்க பாருங்க!" இவ்வாறு சொல்லிக்கொண்டே அதை வாசித்த அவர் மனைவியின் கன்னங்களில் கண்ணீர் உருண்டோடிக்கொண்டிருந்தது. மெதுவாக, ஆங்காங்கே இடைவெளிவிட்டு அதை அவள் படித்தாள். அப்படிச் செய்யாவிட்டால் சுப்ரபாதால் அதை சரிவர உள்வாங்கிக் கொள்ள முடியாது.

தன் மனைவியின் அழுகையைப் பார்க்கவியலாத சுப்ரபாத், ஒரு பரவச நிலையில் இருந்தார்.

"சே... எப்படிப்பட்ட அற்புதமான நாள் இது? நான் மட்டும் அங்கே போயிருந்தா நிறையபேர் என்கிட்டே கையெழுத்து போட்டுத் தரச் சொல்லிக் கேட்டிருப்பாங்க. ஆனா... என்னாலே அதைச் செஞ்சிருக்க முடியுமா?"

வாழ்க்கையில் முதல் முறையாக அவர் குருடராகிப் போனதற்கு நன்றி செலுத்தினாள் அவர் மனைவி. அவருக்கு மட்டும் கண்பார்வை இருந்திருந்தால் அவரே போயிருப்பார், நடந்ததையெல்லாம் அவராகக் கண்கூடாகப் பார்த்துமிருந்திருப்பார்.

"சரி... இப்ப எல்லாத்தையும் உள்ளே எடுத்து வச்சிட்டு உங்களையும் வீட்டுக்குள்ளே கூட்டிக்கிட்டுப் போகவா?" என்றாள்.

"ஆமாம். இங்கே கொசுக் கடி தாங்கலை."

லதா மங்கேஷ்கரின் குரலில் பமேலா பாடிக்கொண்டிருப்பது இன்னும்கூட காதில் விழுந்தது. கவனமாகக் கணவரை வீட்டுக்குள் கூட்டிச் சென்ற பிறகு கதவை அழுந்தச் சாத்தினாள். இன்றைய உலகத்திலிருந்து தங்கள் இருவரையும் விடுவித்துக்கொண்டாள்.

"எல்லாத்தையும் முதல்லே எடுத்து உள்ளே வை."

"சரி"

"எழுதிக்கிட்டுப்போன என்னோட பேச்சு எங்கே?"

"அதை அவங்க கேட்டாங்க. ஒரு வேளை சங்கத்தோட பத்திரிகையிலே அதைப் போடுவாங்களோ என்னவோ? அவ்வளவு நல்லா இருந்தது."

அதற்குமேல் தன்னைக் கட்டுப்படுத்திக்கொள்ள இயலாதவளாக விம்மினாள். அவர், அவளது தலையை அன்புடன் நீவிக் கொடுத்தார். தன் கணவருக்குக் கிடைத்த இப்படிப்பட்ட உயர்வான அங்கீகாரம் அவளை நெகிழ்த்தியிருக்கக் கூடுமென்று அவர் நினைத்துக் கொண்டார்.

"அழாதே! இதோ பாரு... அழாதே."

அவளும் அதை ஏற்றுத் தலையாட்டிக்கொண்டாள்; ஆனாலும் கூட பொங்கி வந்த அழுகையை அவளால் அடக்க முடியவில்லை.

☆

• வங்காளச் சிறுகதை

குந்தியும் நிஷாதப் பெண்ணும்
மஹாஸ்வேதா தேவி

வாழ்வின் இறுதி அத்தியாயத்தில், கானகத்தைத் தங்கள் புகலிடமாக ஏற்றிருந்த திருதராஷ்டிரருக்கும், காந்தாரிக்கும் குந்தியே உறுதுணையாக இருந்துவந்தாள். முதியவரான தன் மைத்துனரையும், தன் கண்களால் பார்ப்பதில்லை என உறுதி பூண்டிருந்த அவர் மனைவியையும் கவனித்துக்கொள்ளும் பொறுப்பு தன்னுடையது என்று அவள் கருதினாள்.

அது காட்டுக்குள் இருந்த ஓர் ஆசிரமம்; அரச மாளிகை இல்லை. அங்கே நெருப்பின் துணை கொண்டு ஆற்ற வேண்டியிருந்த சில தினசரிச் சடங்குகளுக்கு விறகு சேகரித்துக்கொண்டு வர வேண்டியவள் அவளே.

மதியப் பொழுதுகள், மாய வேளைகளைப் போன்றவை. அந்த நேரத்திலேதான் அவள் ஆசிரமத்தை விட்டு வெளியேறிக் காட்டுக்குள் செல்வாள். புல், பூண்டுகளால் ஒரு கயிறு திரித்துத் தான் சேகரித்திருக்கும் விறகுச் சுள்ளிகளை மூட்டையாகக் கட்டுவாள். சிறிது நேரம் ஓய்வெடுத்த பிறகு, அந்த மூட்டையை இழுத்துக் கொண்டு ஆசிரமம் திரும்புவாள். பீமன் மட்டும் அப்போது அருகில் இருந்திருந்தால், இப்படிப்பட்ட வேலையைச் செய்ய அவளை அனுமதித்திருக்கவே மாட்டான்.

நடுத்தர வயதான சில நிஷாதப் பெண்கள், தங்கள் குடும்பங்க ளோடும், குழந்தை குட்டிகளோடும் அந்தக் காட்டில் சஞ்சரித்துக் கொண்டிருப்பது ஒரு நாள் அவள் கண்ணில் பட்டது. உண்மையி லேயே அவர்கள் நடுவயதுக்காரர்கள்தானா என்ன? அவர்களிடம் ஆங்காங்கே தென்பட்ட வெள்ளி முடிகள் அப்படி எண்ண வைத்தன. அவர்களுக்குத்தான் எவ்வளவு வலுவான முழங்கைகள். சதைப்பிடிப்பு மிகுந்த உரமான தோள்கள். அவர்கள் விறகு பொறுக்கிக்கொண்டிருந்தார்கள். காட்டுக்கொடிகளில் அந்த

தமிழில் : எம்.ஏ.சுசீலா

விறகுகளைப் பிணைத்து ஒரு மூட்டையாக்கிவிட்டுப் பொழுது சாய்ந்த பிறகு அந்த மூட்டைகளைத் தலைச் சுமையாக ஏற்றிக் கொள்வார்கள். மரக்கட்டைகளைப் பற்றவைத்துக்கொண்டு அந்த வெளிச்சத்தில் காட்டுப்பாதை வழியே வீடு போய்ச் சேருவார்கள்; அப்படிப் போகும்போது, தங்களுக்கென்றே பிரத்யேகமாக உள்ள பாடல்களைப் பாடிக்கொண்டு செல்வார்கள். இதுவரை அவர்கள் பேசும் மொழி எது என்பதை அறிந்துகொள்ள குந்தி முயலவில்லை.

அந்தக் காட்டிற்குள் உயரமான, பிசின் நிரம்பிய மரங்கள் நிறைய இருந்தன. அந்தப் பிசினையும், தேன், கிழங்கு, வேர் எனப் பலவற்றையும் அவர்கள் சேகரிப்பார்கள். நிச்சலனமாகவும், சலிப் போடும் காணப்பட்ட கடும் உழைப்பாளிகளான அந்தக் கூட்டத்தினரின் முகங்கள், பிரகாசமான புன்னகையோடு எப்போதும் மலர்ந்தே இருந்தன.

மரங்களின் நடுப்பகுதியிலிருந்து பிசின் சொட்டுச் சொட்டாக வடிந்துகொண்டிருந்தது. அந்த மணத்தைக் கவர்ந்து வந்த மென் காற்று, உலர்ந்த சருகாய்ப் போய்விட்ட குந்தியின் உடலுக்கு இத மளித்தபடி, அவளது களைப்பையும் போக்கியது. நிஷாதர்களைக் கவனித்துக்கொண்டிருந்த அந்த வேளையில்தான், அழுகிப்போய் உதிரும் நிலையிலிருக்கும் இலைகளுக்காகத் தன் வாழ்வை வீணடித்துக் கொண்டிருக்கிறோமே என்பது, குந்திக்கு முதன் முதலாக உறைத்தது. முன்கூட்டியே தீர்மானிக்கப்பட்டதும், எப்போதோ விதிக்கப்பட்டு விட்டதுமான மரணத்தின் பாதையில் ஒரு குருட்டுத்தனமான பயணம்.

குந்தியால் இப்போது பின்னோக்கிப் பார்க்கமுடிந்தது. இதுவரை வெளிப்படுத்தியிராத எண்ணங்களும் உணர்வுகளும் தன்னுள் ஒரு சுமையாகக் கிடக்குமென்று இதுவரை அவள் நினைத்ததே இல்லை. அரண்மனை வாழ்க்கை என்பது மிகவும் வித்தியாசமானது. அங்கே அவள் பாண்டவர்களின் தாய். பாண்டுவின் மனைவி. மருமகளாக, அரசியாக, அன்னையாக அவள் ஆற்ற வேண்டியிருந்த நூற்றுக்கணக்கான கடமைகளுக்கு நடுவே அவள், அவளாக மட்டுமே இருப்பதற்கு எங்கே இடம் இருந்தது, மேலும், தனக்கே உரியது தன்னுடையது மட்டுமே என்று அவள் எதையுமே இதுவரை நினைத்திருக்கவில்லை என்பதும்கூட ஒரு வியப்புதான். ஒரு முறை, ஒரே ஒரு முறை அவளது இளமைப் பருவம் மொட்டவிழ்ந்து இனிமையான தன் முதல் மணத்தைப் பரப்பிய அப்போது மட்டும்...! சிதையில் எரியும் ஈமநெருப்பைப் போல அந்த நினைவு அவளுள் கனன்றது. அவள் மடியும் நாள்வரை தணியாத வேகத்துடன் அவளுக்குள் தொடர்ந்து கனலப்போகும் நெருப்பு அது.

இனி, இதற்கு மேலும் எல்லாவற்றையும் தன்னுள் பூட்டி வைத்துக்கொள்ள அவளால் முடியாது. இதோ, இந்தக் கானகத்திடம் இந்த மலைகளிடம் இந்தப் பாறைகளிடம் இங்கே இருக்கும் பறவைகள், பூச்சிகள், உதிர்ந்து கிடக்கும் சருகுகள் என்று இவை எல்லாவற்றிடமும் அவள் தன் மனச்சுமையை இறக்கி வைக்க முடிந்தால்?

சில சமயம் அவளுக்கு அருகிலும், சில நேரங்களில் அவளிட மிருந்து சிறிது தூரத்திலுமாய் அந்த நிஷாதப் பெண்கள் நடமாடிக் கொண்டிருந்தார்கள். ஆனாலும் அவர்களுக்கிடையில் எந்த வார்த்தைப் பரிமாற்றமும் நிகழவில்லை.

பற்பல சமயச் சடங்குகளையும், நோன்புகளையும் தொடர்ந்து அனுசரித்து வந்திருந்ததால் குந்தியின் உடல் மெலிந்து காணப் பட்டது; அவளது தலை முழுவதும் நரைத்திருந்தது. மாசுமறுவற்ற தூய வெண்பட்டாடை அவள் உடலைத் தழுவியிருந்தது. குந்தியிடம் இன்னமும்கூட உயிர்ப்போடு இருந்தவை அவளது கண்கள் மட்டும் தான். ஆனால், அந்தக் கண்களிலும்கூட அவளுக்கு நேர் எதிரே உலவிக்கொண்டிருந்த நிஷாதர்களைப் பற்றிய எதுவும் பதிவாகி இருக்கவில்லை. அவை, அவர்களை ஏறெடுத்துக்கூடப் பார்க்கவில்லை. அவற்றால் அவர்களை எப்படிப் பார்க்க முடியும்? அவள் வாழ்ந்த வாழ்க்கை, தெய்வ நிலையைப் போல உயர்வான ஓர் அரச வாழ்க்கை. எப்போதாவது, எந்தப் பணிப்பெண்ணுடனாவது அவள் பேசிய துண்டா? மனப்பூர்வமான ஒரு பந்தத்தை இடும்பியுடனாவது வளர்த்துக்கொண்டிருக்கிறாளா அவள்? அரச வாழ்க்கைக்கு வெளியிலிருக்கும் எதுவுமே இதுவரை அவளைத் தொட்டதுகூட இல்லை.

இந்த நிஷாதர்கள் அவளுக்கு மிக நெருக்கமாக சஞ்சரித்துக் கொண்டிருப்பதுதான் ஏன்?

அவள் அதைப் பற்றிக் கவலைப்படவில்லை.

தன் நெஞ்சில் பாரமாகக் கனத்துக்கொண்டிருக்கும் ஆழமான நினைவுகளின் பிடியிலிருந்து விடுபட வேண்டுமென்பதே குந்தியின் விருப்பமாக இருந்தது. தான் செய்த தவறுகளை அவள் ஒத்துக் கொண்டாக வேண்டும்.

காந்தாரி தன் கண்களைக் கட்டிக்கொண்டிருப்பது குந்திக்கு எப்போதுமே வியப்பூட்டும். அவள்தான் எப்படி ஒரு சமநிலையோடு இருக்கிறாள். நூறு பிள்ளைகளைப் பறிகொடுத்தும்கூட அது அவளது கட்டுப்பாட்டைக் குலைத்துவிடவில்லையே? தான் நடந்து கொண்டிருப்பது சரியான பாதையில் என்பதும், தன் கடமையை

சரிவர ஆற்றிவருவதும், மரணம் வரை அதே வழியில் போகிறோம் என்பதும் காந்தாரிக்குத் தெரிந்திருக்கிறது.

ஆனால், குந்திக்கோ பேசித் தீர்த்துவிடவேண்டிய தேவை இருக்கிறது. சொல்லியே ஆக வேண்டிய இன்னும் சில விசயங்கள் அவளிடம் எஞ்சியிருக்கின்றன. நாளுக்கு நாள் அவள் தளர்ந்து போய்க்கொண்டிருக்கிறாள். களைப்புற்றுச் சோர்ந்துபோகிறாள். திருதராஷ்டிரரையும், காந்தாரியையும் கவனமாகப் பேணுவது, ஆசிரமக் குடிலில் அவர்களின் தேவைகளை நிறைவேற்றுவது ஆகிய பணிகளுக்குப் பிறகு அவளால் நகரக்கூட முடியாமல் போய்விடுகிறது. அப்படி இருக்கையில் தன் மனம் திறந்து பேசுவது அவளுக்கு எப்போது சாத்தியப்படும்.

வேண்டுமானால், இதோ, இங்கிருக்கும் இந்த மரங்கள், ஆறுகள், பறவைகள், சலசலக்கும் இலைகள், காற்று இவற்றோடு அவள் பேசலாம். ஏன் இந்த நிஷாதப் பெண்களிடம்கூட அவள் பேசலாம். அவள் பேசுவது காதில் விழுந்தாலும் அவர்களுக்கு அது புரியாது. அதனால் எந்தக் கேள்வியும் அவர்கள் கேட்கப்போவதும் இல்லை.

சூரிய அஸ்தமனத்தின்போது அங்கிருந்து அவர்கள் கிளம்பி விடுவார்கள். அப்போது குந்தியும் ஆசிரமத்துக்குத் திரும்பிப் போவாள். திருதராஷ்டிரரும், காந்தாரியும் செய்தாக வேண்டிய மாலை நேரப் பூசனைச் சடங்குகளுக்கு ஆயத்தம் செய்து தருவாள். நன்கு பழுத்த இலைகளை உறிஞ்சி சாற்றை உண்ணுவாள்; பிறகு சிறிதளவு தண்ணீர் குடித்துவிட்டுப் புல் படுக்கையில் படுத்து உறங்குவாள்.

சந்தனக் கட்டிலில் பால் நுரைபோன்ற வெண்மையும் மென்மையும் கொண்ட படுக்கை விரிப்புகளின் மீது அவள் படுத்துறங்கிய காலம். நெய் கலந்த சோற்றையும், ஏழு வகையான உணவுகளையும் தங்கத் தட்டில் வைத்து விருந்து போல அவள் உண்ட அந்தக் காலம்? பூசைக்காக விரதங்கள் காத்தபடி, பற்பல யாகங்கள் நடத்த ஏற்பாடு செய்து தந்தவள் அவள்தானா?

கதிரவனைத் தன் அருகே வருவித்தாளே அந்தக் குந்தி யார்? சூரியக் கதிர்களைப் போலச் சுடரும் எழில்கொண்ட அவள், எந்தக் குந்தி? மேகம் போன்ற அடர்த்தியான அவளது கருங்கூந்தலை மணப்புகை கொண்டு பணிப்பெண்கள் புலரவைப்பார்களே அந்தக் குந்தி எவள்? ஆடை அணிகலன்களை அக்கறையோடு அணிந்தபடி தன் கணவனின் அருகே செல்லும் அந்தக் குந்தி எவள்...?

யுதிஷ்டிரன், பீமன், அர்ச்சுனன் இந்த மூவருமே அவளது வயிற்றில் பிறந்தாலும் பாண்டுவின் மூலம் உருவாகவில்லை. நகுல சகாதேவர்களிடம் அவள் அளவுக்கதிகமாக அன்பு காட்டியதற்குக்

காரணம், அவர்கள் தாயில்லாப் பிள்ளைகள் என்பதுதானா? இல்லாவிட்டால் தன்னிடம் எதிர்பார்க்கப்பட்ட கடமையை மட்டும் அவள் ஒப்புக்குச் செய்துகொண்டிருந்தாளா? துணிவும் தர்மமும் அவளிடம் எங்கே இருந்தது?

தான் செய்த குற்றங்களை முதலில் அவள் ஒத்துக்கொண்டாக வேண்டும். இல்லையென்றால் அவள் தன்னைத் தூய்மைப்படுத்திக் கொள்வதென்பது எப்படிச் சாத்தியம்?

"ஏ.. பூமித்தாயே! காடு, மலை, நதி, சகல ஜீவராசிகள் ஆகிய எல்லாவற்றையும் காத்து வருபவளே.. இந்தக் குந்தி என்ன சொல்ல வருகிறாள் என்பதைத்தான் கொஞ்சம் கேட்டுக்கொள்ளேன்.

காந்தாரியைப் போன்ற உண்மையான பயபக்தியோ கடமை உணர்வோ என்னிடம் இல்லை. அறத்தால் மட்டுமே வாய்க்கக்கூடிய துணிவு, என்னிடம் அறவே இல்லை. குருச்சேத்திரப் போருக்குப்பிறகு என் மகன்கள் உயிரோடு இருப்பதைக் கண்டு மட்டுமே பூரித்துப் போயிருந்தேன் நான். தங்கள் மகன்களின் மரணத்தில் உருக்குலைந்து போயிருந்த திரௌபதிக்கும், உத்தரைக்கும் நான் ஆறுதல் வார்த்தை கூறவில்லை. அதைச் செய்தவள் காந்தாரியே! நூறு பிள்ளைகளை இழந்த பிறகும்கூட அது அவளால் எப்படி முடிந்ததென்று நான் வியந்துபோனேன். போரினால் ஏற்பட்டிருக்கும் இந்தப் பேரழிவு, முன்திட்டமிடப்பட்டதும், தவிர்க்கவே முடியாததுமான ஒன்று என்று அவள் அவர்களிடம் திரும்பத் திரும்பச் சொல்லிக்கொண்டிருந் தாள். நானும்கூடத்தான் என் மகன்களைப் பறிகொடுத்திருக்கிறேன். யார் யாருக்கு ஆறுதல் சொல்லமுடியும்? இப்போது மரணம் என்ற அத்தியாயம் கடந்து போய்விட்டது. கண்ணீரைத் துடைத்துக் கொள்ளலாம் வாருங்கள்! துயரம் நம்மைச் செயலற்றவர்களாக்கி விடுவதை நாம் அனுமதித்துவிடக்கூடாது. மரணம் ஒரு துயரகாவியம் என்பது உண்மைதான். ஆனாலும் மனைவிகளாக, தாய்மார்களாக, மகள்களாக, சகோதரிகளாக, நாமெல்லாம் தொடர்ந்து வாழ்ந்தாக வேண்டியிருக்கிறது. வலியைப் பொறுத்துக் கொண்டு அந்த வாழ்வை எதிர்கொள்வதற்கான துணிவும் உரமும் நமக்கு வேண்டும். காரணம், இந்தத் துயரம் வாழ்நாள் முழுவதும் உற்ற துணையாக நம்மோடு உடன் வரப்போகிறது" என்றாள் அவள்.

"காந்தாரியிடம் இருந்த மெய்யான பக்தியும் நியாய உணர்வும் என்னிடம் இல்லை. இல்லவே இல்லை. கண்ணனின் முன்னிலையில் இறந்தவர்களைக் குறித்து அவள் வருந்தியபோது, இறந்துபோன தன் பிள்ளைகள், பேரன்கள், கணக்கிடலங்காத அவர்களின் விதவை மனைவிகள்... இவர்களை நினைத்து மட்டுமா அவள் ஓலமிட்டாள். மடிந்து கிடந்த அபிமன்யுவின் உடலைத் தன் மடியில் கிடத்திக் கொண்டு, குரலுயர்த்தி அவள் அழுத போது அதை நான் புரிந்து

கொண்டேன். போரையும், அதன் விளைவாகப் பெருக்கெடுக்கும் இரத்த வெள்ளத்தையும் இந்த உலகிலிருக்கும் அத்தனை பெண்களின் சார்பாகவுமல்லவா சபித்துக்கொண்டிருந்தாள் அவள்? காந்தாரியைத் தகுதிப்படுத்துவது அதுதான்.

"இந்தப் போர், அதிகாரத்துக்கான ஒரு யுத்தம்! அடுத்தவனை ஒன்றுமில்லாமல் ஒழித்துக் கட்டிவிட்டுத் தன்னை மட்டுமே சர்வாதிகாரியாக நிலை நிறுத்திக் கொள்வதே இந்தப் போரின் நோக்கம். இங்கே அதர்மம் அழிக்கப்பட்டு அறம் நிலை நாட்டப் பட்டதா என்ன? குருதி வெள்ளத்தில் உருக்குலைந்து கிடந்த கொடூர மான பிணங்களைப் பார்த்தபடி பெண்கள் எழுப்பிய நெஞ்சு பிளக்கும் அலறல். போர் என்ற சொல்லின் மீதே வீசப்பட்ட சாபமில்லையா?

"பூமித்தாயே! நான் சொல்வதை இன்னும் சற்றுக் கேள்!"

"நெருப்பின் தழலைவிட ஒளிபொருந்தியவனாக அவன் இருந்தான். எவரோடும் ஒப்பிட முடியாதவன் அவன். வில் வீரர்களி லெல்லாம் சிறந்த வில் வீரன். இறந்து கிடந்த வேளையில் அந்தக் கர்ணனின் முகம் அவ்வளவு சாந்தமாய் இருந்தது. அவனது உடலைப் பார்த்துவிட்டு இதயத்தைத் துளைப்பது போலக் காந்தாரியிடமிருந்து பிறந்த கதறல் என் மீது சாட்டையைச் சொடுக்கியது போல விழுந்தது. துண்டிக்கப்பட்ட கர்ணனின் உடலை என் மடியில் போட்டுக் கொண்டு 'தனஞ்செயா! இதோ பார். இவன்தான் என் முதல் மகன். நீ கொன்றிருப்பது உன் அண்ணனை என்று சொல்லும் துணிச்சல் எனக்கு ஏன் இல்லாமல்போயிற்று?

"சமூகக் கூச்சத்தாலும், அச்சத்தாலும் நான் அனாதையாக்கிய என் மகன்! அவனை மட்டும் நான் ஒதுக்கி வைக்காமல் இருந்திருந் தால் காலத்துக்கும் என் பெயர் களங்கப்பட்டுப்போயிருக்கும். என் மகன்களிலேயே கர்ணனின் தந்தையை மட்டும்தான் நான் என் சொந்த விருப்பத்தால் தேர்ந்துகொண்டேன். என்ன ஒரு முரண்? எப்படிப்பட்ட முரண் இது? பஞ்சபாண்டவர்களில் ஒருவர்கூடப் பாண்டுவின் வழித்தோன்றல் இல்லை. ஆனாலும் அவர்கள் பாண்டவர்கள். கர்ணனோ தேரோட்டியின் மகன்!"

"ஏ... ஆதித் தாயே! அந்த நாளன்று இந்தக் குந்தி அமைதியாக நின்றுகொண்டிருந்தாள். அதைவிடப் பெரிய பாவம் வேறென்ன இருக்கிறது? காந்தாரிக்குத் தான் தூய்மையானவள், சூதுவாதற்றவள் என்பது தெரியும். பலர் முன்னிலையிலும், எது உண்மையோ அதை வெளிப்படையாகப் பேசும் துணிவை அதுவே அவளுக்கு அளித்திருக் கிறது. இல்லாவிட்டால் கண்ணனை அவளால் தூற்றியிருக்க முடியுமா? அவன் நினைத்திருந்தால் போரை நிறுத்தியிருக்கலாம்.

ஆனால், அவனே அதற்குக் காரணமாகிவிட்டான் என்று சொல்லத் தான் முடிந்திருக்குமா?

"அவள் அச்சமில்லாதவள், நேர்மையானவள், அசைக்க முடியாத உறுதியும், தன்னம்பிக்கையும் கொண்டிருப்பவள். அதனாலேயே அவளால் கண்ணனை சபிக்க முடிந்தது. ஆனால், நானோ எல்லாவற்றையும் அமைதியாகக் கேட்டுக்கொண்டிருந்தேன். உன்னிடம் மன்னிப்புப் பெறும் தகுதி எனக்கு இல்லை. அரச மாளிகையின் செல்வமும் அதிகாரமும் மணிமுடி தரித்து அரசாளப் போகும் மகனுக்குக் கிடைக்கவிருக்கும் வலிமையும்... இவை எல்லாமாய்ச் சேர்ந்து என்னை அலைக்கழித்து ஆட்டிப்படைத்து விட்டன. அதேபோல இங்கே... இப்போது... இந்தத் தனிமையான காடும், இயற்கையோடான இதன் நெருக்கமும், தினமும் பார்த்துக் கொண்டிருக்கும் அஸ்தமனங்களும் மனிதர்கள் எவ்வளவு அற்ப மானவர்கள், இழிவானவர்கள் என்பதை எனக்கு இனம் காட்டிக் கொண்டிருக்கின்றன.

"இயற்கையின் அரசாட்சி நடக்கும் இந்த இடத்தில், அதிகாரத் துக்காக நடக்கும் பிரமாண்டமான அர்த்தமற்ற போருக்கு இடம் எங்கே? மூளையில்லாமல் இரத்தக் குளியல் நிகழ்த்திய அந்தப் பேரழிவின் தாக்கத்தை இங்கே காண முடியுமா என்ன...?

"இதற்கு முன் என் கண்கள் எதையும் சரிவரப் பார்த்ததில்லை. என் மனம் எதையும் விளங்கிக்கொண்டதில்லை. ஆனால், என் மனச்சாட்சியை மீண்டும் மீண்டும் துருவிப்பார்த்து எல்லாவற்றையும் நான் புரிந்துகொண்டேன். இனிமேலும் நான் வெளிப்படையாகப் பேசாமல் இருந்தால் அது மிகப்பெரும் பாவமாகிவிடும்."

திடீரென்று தன் தலையை உயர்த்திப் பார்த்தாள் குந்தி. கல்லாய் உறைந்த முகபாவனையுடன், அந்த இடத்தை விட்டு நகராமல் அவளையே உற்றுப் பார்த்துக்கொண்டிருந்தார்கள் சில நிஷாதப் பெண்கள்.

குந்தி வாயடைத்துப்போனாள்.

அவர்களில் மூத்தவளாகத் தெரிந்த நிஷாதப் பெண்மணி, தன்னோடு வந்த மற்றவர்களிடம் ஏதோ சொல்ல, அவர்கள் விழுந்து விழுந்து சிரித்தார்கள். அவர்கள் சொன்னதென்ன என்பது யாருக்குத் தெரியும்?

குந்தி பயத்தில் நடுங்கிக்கொண்டிருந்தாள். அவர்கள் நெருங்கி வந்துவிடுவார்களோ? புனிதம் வாய்ந்த பல சடங்குகளைச் செய் வதற்காக அவள் சேகரித்து வைத்திருக்கும் விறகுகளின் மீது அவர்களின் நிழல் விழுந்துவிட்டால் அவை மாசுபட்டவையாகி விடுமே?

மாலை நெருங்கிக்கொண்டிருந்தது. குந்தி அங்கிருந்து எழுந்து கொண்டாள். தன் மென்மையான விரல்களால் இலை தழைகளைத் திரித்துச் செய்த கயிற்றைக் கொண்டு விறகுகளைக் கட்டிய பிறகு, அந்த மூட்டையை இழுத்துக்கொண்டு நகர்ந்தாள். நாளை அவள் வேறோர் இடத்தைக் கண்டுபிடித்தாக வேண்டும்.

இன்றைய ஒப்புதல் வாக்குமூலத்திற்குப் பிறகு அவள் தன்னைத் தானே மீண்டும் உணர்ந்து தெளிந்துகொண்டதைப் போலிருந்தது; சுத்தமாகி விட்டதைப் போலிருந்தது. தான் இலகுவாகிவிட்டதை உணர்ந்து அவள் வியப்படைந்தாள். கவலை நம் ஆன்மாவை எரிப்பதோடு ஒரு சுமையாகிக் கனக்கவும் வைக்கிறது.

நிஷாதர்களின் முன்னிலையில் பேசுவது, அங்கிருந்த குன்று களிடமும் பாறைகளிடமும் பேசுவதைப் போலத்தான். அவள் மொழி அவர்களுக்குத் தெரியாது. அவர்களுக்கும் அவளுடைய மொழி தெரியாது.

"பஞ்ச பாண்டவர்களின் அன்னையே! உன் கைகள் என்னைத் தீண்டும்போது எப்போதும் சில்லென்றுதான் இருக்கும். ஆனால், இன்றென்னவோ அவை கதகதப்பாக இருக்கின்றன. இப்போதுதான் நாடி நரம்புகளில் இரத்த ஓட்டம் பாய்வதைப்போல. இன்று உன் தொடுகைகூட உயிர்ப்போடு இருக்கிறது?" தான் படுத்துக்கொள்ள உதவி செய்த குந்தியிடம் இவ்வாறு சொன்னாள் காந்தாரி.

"அன்னையின் தழுவலைப்போலக் காடும் இதமாக இருக்கிறது அக்கா!"

"அப்படியென்றால் உன்னால் அங்கே அமைதி காண முடிகிற தென்று சொல்."

"இருக்கலாம்."

"மண்ணுலகக் கவலைகளிலிருந்து மனதை விடுவித்துக்கொள்."

"உங்களைப்போன்ற மனவலிமை எனக்கில்லை. ஆனாலும் முயல்கிறேன்."

"கழிந்து போகும் ஒவ்வொரு விநாடி நேரத்திலும் நாம் முடிவை நோக்கி நகர்ந்துகொண்டே இருக்கிறோம். நான் இப்போது மரணத்தை எதிர்நோக்கிக் காத்திருக்கிறேன்."

"உண்மைதான் அக்கா."

அவர்களது காலடியில் இருந்த தனது புல் படுக்கையின் மீது படுத்துக்கொண்டாள் குந்தி. அவர்களோடு சேர்ந்து அவளும் வெளியேறியதை எவருமே விரும்பவில்லைதான். திருதராஷ்டிரரும், காந்தாரியும் கானகத்திலுள்ள ஆசிரமத்துக்குச் செல்வது பொருத்

தமாக இருக்கலாம். ஆனால் ஏழுகடல்களால் சூழப்பட்டிருக்கும் ஜம்புத்வீபச் சக்கரவர்த்தியின் அன்னை, அவர்களோடு ஏன் போக வேண்டும்?

'அரச வாழ்க்கை என்னை நார் நாராகக் கிழித்துப் போட்டுக் கொண்டிருந்தது' என்று தனக்குத்தானே சொல்லிக்கொண்டாள் குந்தி.

இன்று வனத்திலிருந்த நீரோடை ஒன்றில் குறிப்பான எந்தக் காரணமும் இல்லாமல் வெறுமனே நீராடினாள் குந்தி.

நரைத்துப் போயிருந்த தன் கூந்தலைத் தளர்த்திப் புலர வைத்துக் கொண்டு, சூரியனுக்கு முதுகு காட்டியபடி உட்கார்ந்திருந்தாள் அவள். அந்தச் சூரியன் அவளை மேலே இருந்து பார்த்தால்தான் என்ன...? அதனால் என்ன ஆகிவிடப்போகிறது? அவள் யாரென்று அவனால் இனம் காணவாவது முடியுமா என்ன..? மனிதர்களுக்குக் கோடிக் கணக்கான ஆண்டுகள் என்றால், தேவர்களுக்கு அது ஒரே ஒரு கணம் மட்டுமல்லவா? செய்த தவறுகளையெல்லாம் வெளிப்படையாக ஒத்துக்கொண்டு சொல்லித் தீர்த்துவிட வேண்டுமென்ற எழுச்சி அவளுக்குள் உண்டானது ஏன்?

காட்டின் இந்தப் பகுதியில் நிஷாதர்கள் வரக்கூடுமென்று அவளுக்குத் தோன்றவில்லை. மரம், புதர் எல்லாம் ஒரே மாதிரி இருப்பதால், வழி குழம்பிப்போவது சாத்தியம்தான். ஆனால்,

"காட்டு வழியில் செல்லும்போது, மரங்களுக்கடியில் கற்களை வைத்து அவற்றைச் சுற்றி மரக் கொம்பால் அடையாளம் வரைந்து கொண்டே சென்றால் வழி தவறாமல் சென்றுவிடலாம்" என்று விதுரர் அவளுக்கு நன்றாகக் கற்பித்திருந்தார். 'ஆரண்யகா' என்று சொல்லப்படும் வனதேவதையும்கூட மனிதர்களோடு பழகக் கூச்சப்பட்டு விலகி இருப்பவள்தான்; ஆனால் காட்டுவாசிகளான பழங்குடி மக்களை அவளுக்கு நன்றாகத் தெரியும். அதனால் அவர்கள் ஒருபோதும் வழி மாறிப் போவதில்லை. ஆனால், 'ஆரண்யகா'வின் மர்மம் வெளியாட்களைத் தடுமாற வைக்கக் கூடியது. "ஆசிரமத்துக்குச் செல்லும் பலாச மரத்தை மட்டும் மனதில் குறித்துக்கொள். அதிலிருந்து அதிக தூரம் சென்றுவிட வேண்டாம்" என்றும் விதுரர் அவளுக்குச் சொல்லித் தந்திருந்தார்.

பயப்படுவதற்கு என்ன இருக்கிறது? அச்சம் என்பது ஒரு மனநிலை மட்டும்தான். கானகம் நல்லதுதான். அகலமான தெருக்களோ, வரிசையான கடை வீதிகளோ, குறுக்கு நெடுக்காக அணிவகுத்துச் செல்லும் படைகளோ, அரசத் தேர்ச்சக்கரங்களின் ஆர்ப்பாட்டமான உரசல் ஒலிகளோ ஏதும் இங்கில்லை. இங்கே தன்னுள்ளே மூழ்கித் தனித்திருக்கலாம். வாய்விட்டுப் பேசலாம். செய்த குற்றங்களை ஒப்புக்கொள்ளலாம்.

"ஏ.. வசுந்தராதேவியே... ஏ... பூமித்தாயே...!"

குருச்சேத்திர யுத்தத்துக்குப் பிறகு கணக்கிலடங்காத ஈம நெருப்புகள் கனன்றுகொண்டிருந்தன. காலாட்படைக்காகத் தொலைதூரத்திலிருந்து கொண்டுவரப் பட்டுப் போர்க்களத்தில் உயிர்த்தியாகம் செய்த வீரர்களின் உடல்கள். யுதிஷ்டிரரின் ஆணைப்படி விதுரர் செய்த ஏற்பாடுகளால் மொத்தம் மொத்தமாக சிதைகளில் எரிக்கப்பட்டன. கருகிப்போன தசைக் கோளங்களி லிருந்து எழுந்த புகையும் நெடியும் காற்று மண்டலத்தில் அடர்த்தியாகப் பரவியிருந்தன. ஈம நெருப்புகளில் நெய்யையும் கற்பூரத்தையும் அள்ளிக்கொட்டி அந்த துர்வாடையைப் போக்கிக் கொண்டிருந்தார்கள். ஆனாலும்கூட மரணத்தின் அடர்புகையை மூடி மறைப்பதென்பது அவ்வளவு எளிதாக இல்லை.

"நான் எதைச் செய்யவும் சிறிதுகூடத் தயக்கம் கொள்ள வில்லையே...? செய்த ஒரு பாவத்தோடு நான் நிற்கவில்லை. கர்ணனின் பிறப்பைப் பற்றி என் மகன்களிடம் நான் சொல்லவில்லை. பிறகு, போருக்கு முதல் நாளன்று கர்ணனிடம் சென்று 'துரியோதனின் தரப்பிலிருந்து யுதிஷ்டிரன் தரப்புக்கு வந்துவிடு!' என்றேன். ஆனாலும் என்னை இழிவுபடுத்தும் வகையில் அவன் எதையும் செய்யவில்லை.

'மகனே...! என் வயிற்றில் பிறந்தவன் நீ. அதனால் நான் சொல்வதை நீ கேட்க வேண்டும்' என்றேன்.

எல்லை மீறிய துடுக்குத்தனமான அந்த என் செயல், எவராலும் பொறுத்துக்கொள்ள முடியாத ஒன்றல்லவா?

குழந்தையை வயிற்றில் சுமந்தால் மட்டும் போதுமா? பெற் றெடுத்த பிறகு அவனை அனாதையாக விட்டீர்கள். தாய்மைக்கே உரித்தான எந்த ஒரு கடமையையும் ஆற்றியிராத நீங்கள், இப்போது ஒரு மகனாக நான் உங்களுக்குக் கீழ்ப்படிய வேண்டும் என்று எப்படி என்னை வற்புறுத்த முடியும்? என்றெல்லாம் அவன் பதில் சொல்லி யிருக்கலாம். ஆனால், அவன் அப்படியெல்லாம் எதுவும் சொல்ல வில்லை.

அவனை நான் தேடிச் செல்லாமல் இருந்ததற்குக் காரணம், பாசம் என்னைப் பைத்தியக்காரியாக்கிவிட்டிருந்ததுதான். அவனைப் பற்றி நான் கவலைப்படவே இல்லை. ஒரு முறைகூட அவனை நான் நினைத்துப் பார்த்ததில்லை. என் கவனமெல்லாம் பாண்டவர்களின் மீது மட்டுமே இருந்தது. ஆனால், கர்ணனுக்காக உரத்த குரலில் ஒப்பாரி வைத்தாள் காந்தாரி. இந்திரனைப் போல வெல்லப்பட முடியாதவன், அக்கினி போன்ற துணிச்சல் உடையவன், இமயம் போலப் புனிதமானவன், பதின்மூன்று வருடங்களாக யுதிஷ்டிரனைத் தூங்க விடாமல் செய்தவன் என்றெல்லாம் கர்ணனைப் பற்றிச்

சொல்லிச் சொல்லி ஓலமிட்டு அழுதாள் அவள். ஆனால், சபிக்கப்பட வேண்டிய நானோ... அப்போது அமைதியாக நின்று கொண்டிருந்தேன்.

அரச வாழ்க்கை என்பது ஒருவரைத் தந்திர புத்தி உடையவராக, கபட குணமுள்ளவராக ஆக்கிவிடுகிறது. கர்ணனை நெஞ்சாரத் தழுவிக்கொள்ளும் ஆசையோடு ஒருபோதும் நான் அவனைத் தேடிச் சென்றதில்லை. என்னுடைய மகனுக்காகத் துரியோதனனை விட்டுவிட்டு அவன் யுதிஷ்டிரனிடத்தில் வரவேண்டுமென்றேன்.

பாண்டவர்களின் வெற்றியை உறுதிப்படுத்திக் கொள்வதற்காக மாயக்காரக் கண்ணன் செய்த சூழ்ச்சியே அது என்பது கர்ணனுக்குப் புரிந்திருக்கும் என்றே இப்போது எனக்குத் தோன்றுகிறது.

வெற்றிக்குரியவர்கள், தர்ம யுத்தம் செய்தவர்களே. தோல்வியடைந் தவர்கள் செய்தது ஒருபோதும் அவ்வாறு சொல்லப்படுவதில்லை.

இதைத் தெரிந்து வைத்திருந்தும், தன்னால் துரியோதனனை விட்டுவிட்டு வர முடியாதென்றான் கர்ணன். ஆனாலும், அர்ச் சுனனைத் தவிரப் பிற பாண்டவர்களுக்கு அவன் எந்தக் கெடுதலும் செய்யமாட்டான்.

'எப்படியும் உனக்கு ஐந்து மகன்கள் உயிரோடு இருப்பார்கள்' என்றான் அவன். தன்னையும் என் மகன்களில் ஒருவனாகத்தான் அவன் எண்ணியிருக்கிறான் என்பதுதான் அதன் பொருள்.

ஆனால், நான்...!

'பிறந்த மறுகணமே உன்னை நான் அனாதையாக்கிவிட்டேன். அந்த நினைப்பு தினமும் என்னை வதைக்கிறது, நாளும் என்னுள் தகிக்கிறது' என்று ஒருநாளும் சொன்னதில்லையே நான்?

நான் ஏன் அப்படிச் செய்யவில்லை? காரணம், அவனை இழந்ததில் எனக்கு வருத்தமே ஏற்படவில்லை. அவனைப் பிரிந்ததில் எந்த ஏக்கத்தையும் நான் உணர்ந்ததில்லை. என் கவனம் பாண்ட வர்கள் மீது மட்டுமே இருந்தது.

"உன் சகோதரர்களுக்குக் கேடு செய்யக்கூடாது என்று நீ நினைப்பது உண்மையானால், நீ அவர்கள் பக்கம் வந்துவிட வேண்டும்" என்று அவனிடம் நான் சொன்னது அதனாலேதான்.

நான் சபிக்கப்பட வேண்டியவள். பஞ்ச பாண்டவர்களின் தாயான நான் சபிக்கப்பட வேண்டியவள். எல்லா ஈமச் சடங்குகளும் முடிந்து கர்ணனும் சாம்பலாகிப் போனபிறகு யுதிஷ்டிரனிடம் சென்ற நான், 'மற்றவர்களுக்குத் தர்ப்பணம் செய்யும்போது கர்ணனுக்கும் கூட ஒன்றைச் சேர்த்துச் செய்துவிடு. அவன் சூரிய புத்திரன், என் கருவில் உதித்த என் மகன்' என்று மட்டும் சொன்னேன்.

அதை அவனிடம் முன்பே நான் சொல்லாதது ஏன் என்று என்னிடம் திரும்பத்திரும்பக் கேட்டான் அவன். இந்த விஷயத்தைச் சொன்னால் என் மகன்களிடமிருந்து எனக்கு எதிரான ஒரு கேள்வி வரக்கூடும் என்பது எனக்குத் தெரிந்திருந்தது. கங்கைக்கரையில் தர்ப்பணச் சடங்குகள் முடிந்தபிறகு, என்னிடம் அப்படி ஒரு கேள்வியைத்தான் யுதிஷ்டிரன் கேட்டான்.

கடவுள் மூலம் உருவாக்கப்பட்ட குழந்தை என்றால், அது உங்கள் வயிற்றில் வந்து பிறந்தது எப்படி என்றான் அவன்.

என்னிடம் போய் இப்படி ஒரு கேள்வி கேட்கிறாயே யுதிஷ்டிரா? நீங்கள் ஐந்து பேரும் சகோதரர்கள்தான். ஆனால், உங்களில் ஒருவர் கூடப் பாண்டுவின் வழி வந்தவர் இல்லை என்று உன் கேள்விக்கு நான் பதில் தந்திருக்கலாம்.

"நீ, பீமன், அர்ச்சுனன் என்ற மூன்று பேரும் எமதர்மன், வாயு, இந்திரன் ஆகிய தேவர்கள் வழியாக எப்படி என் வயிற்றில் பிறந்தீர்களோ அப்படித்தான். மாத்ரியின் வயிற்றில் அஸ்வின் குமாரர்கள் மூலம் நகுல சகாதேவர்கள் எப்படிப் பிறந்தார்களோ அப்படித்தான். இதுவும் அதே மாதிரிதான். சூரியனின் வழித்தோன்றலாகக் கர்ணன் என் வயிற்றில் வந்து பிறந்ததும் அப்படித்தான்" என்று அவனிடம் நான் சொல்லியிருக்கலாம்.

"யுதிஷ்டிரா... அது ஏன் அப்படி என்று நீ என்னிடம் கேட்கிறாய். இல்லை...! நான் ஒருபோதும் சுயமாக யோசித்து எதையும் செய்தவள் இல்லை. மற்றொரு மனிதரின் துணையோடு ஒரு பெண், குழந்தைப் பேறு கொள்ளலாம் என்று பாண்டு என்னிடம் சொன்னார். என் கணவரான அவரது அனுமதியோடு அதை நான் கைக்கொண்டேன்.

"வாழ்வில் ஒரே ஒரு முறை, என் சொந்த விருப்பத்தால் ஒரு மனிதரைத் தேர்ந்தெடுத்தேன். கர்ணன் பிறந்தது அப்போதுதான். அந்தச் சமயம், நான் திருமணமாகாத கன்னியாக இருந்தேன். அதனால் கணவரிடம் சம்மதம் பெற வேண்டி இருக்கவில்லை. ஆனால், யுதிஷ்டிரா... இப்போது நிலவும் சமூக வழக்கத்தின்படி ஒரு பெண்ணின் கணவர் விரும்பினால் அவள் இன்னொரு மனிதரின் மூலம் குழந்தை பெற்றுக்கொள்ளலாம். ஆனால், எந்த ஒரு கன்னிப்பெண்ணும் தன் சுயவிருப்பத்தால் தாய்மை நிலையை ஏற்றுவிட முடியாது. ஒரு ரிஷியின் மகளாக இருந்த மாதவி, தன் தந்தையின் கட்டளைப்படி நான்கு வெவ்வேறு மனிதர்மூலம் நான்கு குமாரர்களைப் பெற்றாள். அவளும் மணமாகாதவள்தான்; ஆனால் தன் தந்தையின் ஆணையையே அவள் செயல்படுத்தினாள் என்பதால் சமூகம் அவளை ஏற்றது.

"நான் பாண்டுவின் மனைவி. என் கணவர் பாண்டு, என் மகன்களுக்குத் தந்தை இல்லை. ஆனாலும்கூட நீங்களெல்லாம் பாண்டவர்கள். ஆனால் கர்ணன் மட்டும் ஒரு தேரோட்டியின் மகன். வருங்காலத்தில் என்றாவது ஒரு நாள், தனக்குக் கிடைக்க வேண்டிய உரிய மரியாதையையும், கௌரவத்தையும் கர்ணனால் பெற்றுவிட முடியும். ஆனால், எனக்கு அது கிடைக்காது!"

பூமித்தாயிடம் தன் மனதிலுள்ளதையெல்லாம் கொட்டி முடித்த பிறகு தலையை உயர்த்திப் பார்த்தாள் குந்தி. பாறை ஒன்றின் மீது முகவாயைப் பதித்துக்கொண்டு, அவளையே உற்றுப் பார்த்துக் கொண்டிருந்தாள் அந்த முதிய நிஷாதப் பெண். அவளது கண்கள் குந்தியோடு பேசுவது போலிருந்தன; அது இன்னும்கூட வியப்பூட்டு வதாக இருந்தது. சட்டென்று குந்தியின் மூளைக்குள் ஒரு மின் வெட்டுப் பாய்ந்தது. அவளைப் பார்த்துக்கொண்டிருந்த அந்தப் பார்வையில் இரக்கம் நிரம்பியிருந்தது.

குந்தியின் மீது இரக்கம் கொள்வதா? அதுவும் அவளிடம் இரக்கம் காட்டுவது அந்த நிஷாதப் பெண்மணியா? கீழே குனிந்து தான் சேகரித்த விறகுப் பொதியைக் கயிற்றால் இறுக்கிக் கட்டிக் கொண்டு அங்கிருந்து நடக்க ஆரம்பித்தாள் அவள்.

சில சமயங்களில் மிகவும் அருகிலிருப்பதைப் போலத் தோன்றும் அந்த ஆசிரமம் இன்று தொலைவில், மிகமிகத் தொலைவில் தள்ளிப் போய்விட்டதைப் போலத் தோன்றியது. பாலைவனங்களில் கானல் நீரைப் பார்க்க முடியும். ஒரு சொட்டு நீர்... அருகிலும், தொலைவிலுமாய் மாறிமாறித் தோன்றும். ஆனால் இது காடு, பாலைவனமில்லை.

பூத்துக் குலுங்கும் பலாசமரமும், அதனருகிலுள்ள ஆசிரமும் திடீரென்று அவள் கண்ணுக்குப் புலப்பட்டது.

முதுமையால் தளர்ந்துபோய் மெலிந்துபோன தன் தந்த நிற விரல்களால் குந்தியின் கரங்களைப் பற்றிக்கொண்ட காந்தாரி, "கொஞ்சம் அமைதிப் படுத்திக்கொள். ஆசுவாசப்படுத்திக்கொள்" என்று மெல்லிய குரலில் முணுமுணுத்தாள்.

"பாண்டவர்களின் தாயே...! உன்னை நிதானப்படுத்திக்கொள்! உருண்டோடும் தேர்ச்சக்கரங்களைப் போலக் காலம் என்பதும் சுழன்றுகொண்டிருக்கிறது. நம் வாழ்க்கை வட்டமும் சுருங்கிக் கொண்டு வருகிறது. வெகு சீக்கிரத்தில் அந்தப் புள்ளியும்கூட ஒன்றுமில்லாமலாகி வெற்றிடத்தோடு கலந்துவிடும்."

"உண்மைதான் அக்கா"

"உன்னை நீயே இவ்வளவு கடுமையாகப் பழி தூற்றிக் கொள்ளாதே. நீ என்னதான் முயற்சி செய்தாலும் இறந்தகாலம் என்ற ஒன்றை உன்னால் மறுபடியும் கொண்டுவந்துவிட முடியாது. நேற்று கழிந்த பொழுதை நாளையாக மாற்றிவிடவும் இயலாது. இதோ பார்...! இன்றைய நாளின் சூரிய உதயமும் அஸ்தமனமும்தான் நிஜம். நாம் உறங்கிப் போய்விடுவோம். ஆனால், காலம் என்பது எப்போதும் முன்னோக்கி நகர்ந்துகொண்டேதான் இருக்கும். நாளைய தினம் மற்றுமொரு சூரியோதயத்தைக் கொண்டுவரும்."

காந்தாரியின் பாதம் தொட்டு வணங்கிய பிறகு தனது புல்படுக்கையில் படுத்துக்கொண்டாள் குந்தி.

"உறக்கமே விரைந்து வா.. என் மனதை அமைதியில் ஆழ்த்து" என்று தன்னுள் மௌனமாக வேண்டிக்கொண்டாள்.

காட்டில், மரத்துக்கடியிலிருந்த பாறையின் மீது இன்று மதியம் அமரப்போனபோது, வழக்கமாக அமைதியாக இருக்கும் அந்த இடத்தில் ஏதோ ஒரு பொருந்தாமை இருப்பதைக் குந்தியால் உணர முடிந்தது. அங்கே வீசிய காற்றும்கூட ஏதோ ஓர் எச்சரிக்கையைப் பரப்பிக்கொண்டிருந்ததைப் போலிருந்தது.

அவள் விழிப்போடு கவனிக்கத் தொடங்கினாள்.

கானகம் இன்று அமைதியாக இல்லை. பறவைகள் கூடுகளை விட்டுக் கூட்டம் கூட்டமாகப் பறந்துகொண்டிருந்தன. குரங்குக ளெல்லாம் மரம் விட்டு மரம் தாவியபடி காட்டின் உள்ளாழத்திற்குள் சென்று மறைந்துகொள்ள முயன்றுகொண்டிருந்தன.

மானினங்களும் கூட மந்தைகளாக எங்கோ விரைந்தோடிக் கொண்டிருந்தது பார்க்க ஆச்சரியப்படுத்துவதாக இருந்தது.

என்னதான் ஆயிற்று?

நிஷாதர்களான ஆண், பெண், குழந்தைகள் அனைவரும், தாங்கள் வளர்த்து வரும் வேட்டை நாய்களோடு தலைச் சுமைகளாகத் தங்கள் உடைமைகளைச் சுமந்தபடி போய்க்கொண்டிருந்தார்கள்.

நல்லது... அவர்கள் இங்கிருந்து போகட்டும். கானகத்தைக் காலி செய்துகொண்டு அவர்கள் செல்லட்டும்.

தான் தவறிழைத்தது எந்த இடத்தில், செய்த குற்றம் என்ன என்பதைப் பூமித்தாயிடம் குந்தி இன்று கேட்பாள். அவளாலேயே அவளை மன்னித்துக்கொள்ள முடியப்போவது எப்போது என்றும் கேட்பாள்.

அருகில் நிழலாடுவதைக் கண்டு அவள் துணுக்குற்றாள். அந்த மூத்த நிஷாதப் பெண்மணிதான் அங்கே நின்றுகொண்டிருந்தாள். குந்தி, வியப்போடு விழிகளை விரித்தாள். கருங்கல்லால் செதுக்கப்

பட்டிருப்பதைப் போல இருக்கும் அந்தக் கறுப்புத்தோல் போர்த்திய பெண்மணி அவளை ஒட்டி மிக மிக நெருக்கமாக நின்றுகொண்டிருப்பது ஏன்? இப்படி அவள் தன்னைக் குனிந்து பார்த்துக்கொண்டிருப் பதற்கு என்ன காரணம்? தன் கண்களில் எதைத் தேடித் துருவிக் கொண்டிருக்கிறாள் அவள்?

"இன்று ஒப்புதல் வாக்குமூலம் ஏதுமில்லையா?"

"நீ... நீ..."

"நீ பேசுவதை நான் தினமும் கேட்டுக்கொண்டிருக்கிறேன். நீ செய்திருக்கும் மிகப் பெரிய பாவச் செயலை எப்போது ஒத்துக் கொள்ளப்போகிறாய் என்பதை அறியக் காத்திருக்கிறேன்."

"நீ பேசும் மொழி என்னுடையதைப் போலவே இருக்கிறதே..?"

"ஆமாம். என்னால் அதைப் புரிந்துகொள்ள முடிவதோடு பேசவும் முடியும். எங்களையெல்லாம் மனித உயிர்கள் என்றுகூட நீங்கள் ஒருபோதும் நினைத்திருக்க மாட்டீர்கள். அப்படித்தானே? ஏதோ இங்கிருக்கும் பாறைகளைப் போல, மரங்கள், மிருகங்களைப் போல..."

"ஆனால் நீ இதுவரை ஒரு வார்த்தைகூடப் பேசியதில்லையே?"

"நான் இன்றைய தினத்துக்காகத்தான் காத்துக்கொண்டிருந்தேன். நாங்கள் உன்னை எத்தனையோ வருடங்களாகத் தேடிக் கொண்டிருக்கிறோம். இறுதியில், ஒருவழியாக நீயே எங்களிடம் வந்து சேர்ந்தாய். அப்படித் தான் நடந்தாக வேண்டும் என்பதே விதி. குந்தி... உனக்காக நாங்கள் பல ஆண்டுகளாகக் காத்திருக்கிறோம்."

"உனக்கு என் பெயர் தெரியுமா?"

அந்த நிஷாதப் பெண் சிரித்தாள்.

"உனக்கு அது வருத்தமாக இருக்கிறது, உன்னை அது புண்படுத்து கிறது இல்லையா...? ஒரு நிஷாதப் பெண் உன்னை இப்படிப் பெயர் சொல்லிக் கூப்பிடுகிறாளே என்று நீ நினைக்கிறாய். ஆம்...! நான் உன்னைப் பெயர் சொல்லித்தான் அழைத்தேன். இந்தக் காட்டில் நீ நிராயுதபாணியாக இருக்கிறாய் குந்தி! உன் மகன்களும் உன்னோடு இல்லை. எங்களை தண்டிப்பதற்கு இங்கே அவர்களால் வீரர்களை அனுப்ப முடியாது!"

"ஆனால், இந்தக் காட்டில் முனிவர்கள் வசித்துவருகிறார்கள். அது உனக்குத் தெரியுமல்லவா?"

"ஓ... தெரியுமே...?" இங்கே சுற்றும் முற்றும் நிறைய முனிவர் களைப் பார்த்திருக்கிறோம். இது நாங்கள் பிறந்த மண், எங்கள் சொந்த பூமி. அதைத் தெரிந்துகொள்! ஆரண்யகா தேவி எங்களின் அன்னை!"

சட்டென்று உயிர் உலர்ந்துபோனதுபோல சோர்வாக உணர்ந்தாள் குந்தி. நோன்புகளையும் தவங்களையும் இயற்றவும், மெலிந்துபோன உடலைச் சாகும்வரை பட்டினி போட்டு வருத்திக்கொள்ளவும் கங்கைக் கரையிலிருந்து இந்தக் காட்டிலுள்ள ஆசிரமத்துக்கு வந்திருக்கிறோம். போயும் போயும்... இந்த நிஷாதப் பெண், தன்னைத் துடுக்குத்தனமாகப் பெயர் சொல்லிக் கூப்பிட்டுவிட்டாளே என்று அவள் ஏன் காயப்பட வேண்டும்?

“நிஷாத மகளே... என்ன விஷயமென்று சொல். உனக்கு என்ன வேண்டும்”.

“உன் மிகப் பெரிய பாவம் ஒன்றை நீ ஒத்துக் கொள்ளவில்லை.”

“ஒத்துக்கொண்டுவிட்டேனே. உனக்குத்தான் என் மொழி புரிகிறதே. நீயும் அதைக் கேட்டிருப்பாயே?”

“இல்லை குந்தி...! அரண்மனையில் இருந்து அரச வாழ்க்கை நடத்திய காலகட்டத்தில்... உன் மகனும் அரசனாவதற்கு முன் நீ செய்த ஒரு பாவம் அது.”

“கர்ணனைப் பற்றிக்கூட நான் சொல்லிவிட்டேனே?”

“அரச நெறிகளும் சாமானியர்களின் நெறிகளும் வேறுபட்டவை குந்தி. சரியானது எது தவறானது எது என்பதிலும்கூட அவர்களின் கருத்துகள் மாறுபட்டவைதான். கன்னியாக இருக்கும் ஒரு நிஷாதப் பெண், தான் விரும்பிய வாலிபனைக் காதலித்து அவன்மூலம் கருவுற்றால் அதை நாங்கள் திருமணமாக்கிக் கொண்டாடுவோம்.”

“அது எந்த மாதிரியான விதிமுறையைச் சேர்ந்தது?”

“அது இயற்கை வகுத்திருக்கும் விதி. எதையும் வீணாக்குவதை இயற்கை வெறுக்கிறது. நாங்கள் வாழ்க்கையை மதிக்கிறோம். ஓர் ஆணும் பெண்ணும் ஒன்றிணையும்போது புதிய உயிரொன்றை அவர்கள் சிருஷ்டிக்கிறார்கள். ஆனால், உன்னால் இதைப் புரிந்து கொள்ள முடியாது.”

“நீ இப்போது என்ன சொல்ல வருகிறாய்? என் குற்ற ஒப்புதலுக்கு எந்த மதிப்பும் இல்லையா...?”

“உன்னைப் பொறுத்தவரையில் இருக்கலாம். எங்களுக்கு அப்படி இல்லை! ஆனால், சாமானிய மக்களான எங்கள் அறத்தின்படி, தன்னுடைய சுய லாபத்துக்காகக் குற்றமற்ற அப்பாவிகளைப் பலியாக்குவது மன்னிக்கமுடியாத மிகப்பெரிய பாவம். அந்தப் பாவத்தைச் செய்திருக்கும் குற்றவாளி நீ!”

“நானா... சாமானியர்களுக்கு எதிராகவா...?”

“குந்தி...! வாரணாவதம் என்ற ஊர் உனக்கு நினைவிருக்கிறதா?”

"ஆமாம்! எத்தனையோ ஆண்டுகளுக்கு முன்பு நாங்கள் அங்கே சென்றிருக்கிறோம்."

"உன் நினைவைக் கொஞ்சம் தட்டி எழுப்பி விடுகிறேன் கேள்..! ஜாதுகிருகம் என்ற இடத்தில் அரக்கினால் கட்டப்பட்ட மாளிகையில் நீ தங்கியிருந்தாயல்லவா?"

"ஆமாம்..! அது துரியோதனன் ஏற்பாடு செய்த ஒரு சதி!"

"நீயும் உன் ஐந்து மகன்களும் அங்கே ஏற்பட்ட தீயில் கருகிப் போய் இறந்துவிட்டீர்கள் என்ற வதந்தி எப்படிப் பரப்பப்பட்டது என்பது நினைவிருக்கிறதா?"

"அது..."

"அது... திட்டமிட்ட ஒரு சூழ்ச்சி! சரிதானே? கொடூரமான ஒரு திட்டம். அரச தர்மத்தைக் கைக்கொண்டிருப்பவர்கள் மட்டுமே அப்படிப்பட்ட செயலைச் செய்ய முடியும். நீ ஓராண்டுக் காலம் அங்கே வசித்தாய். அந்த மாளிகை எரிந்து சாம்பலாகிவிடப் போகிறது என்பதையும் உன் பிள்ளைகளைக் காப்பாற்றிக் கொண்டு தப்பித்து விடவேண்டும் என்பதையும் நீ நன்றாக அறிந்து வைத்திருந்தாய். நீங்கள் ஆறுபேரும் எரிந்து சாம்பலானதற்கு அசைக்க முடியாத சாட்சியத்தை அமைக்க வேண்டியிருந்தது. நிஷாத குலத்தைச் சேர்ந்த ஆண்களும் பெண்களும் அங்கே வழக்கமாக வந்து போய்க் கொண்டிருந்தார்கள். சரிதானா...?"

"ஆனால்..."

"எதுவும் பேசாதே! நான் சொல்வதை மட்டும் கேட்டுக்கொள். அவர்கள் காட்டுப் பகுதியிலிருந்து அங்கே வந்துபோய்க்கொண்டிருந் தார்கள்! மரக்கட்டை, விலங்குத் தோல், சந்தனம், மூலிகை, மரப்பிசின், தேன், மான் இறைச்சி என்று பலவற்றையும் அவர்கள் கொண்டுவந்து கொடுப்பார்கள். ஆண், பெண் என்று எல்லோருமே இதைச் செய்வார்கள். அந்தப் பொருள்களைத் தந்துவிட்டுப் பண்டமாற்றாக அரிசி, உப்பு, துணிமணி ஆகியவற்றைப் பெற்றுக் கொள்வார்கள். மது அருந்துவார்கள், தோளோடு தோள்பிணைத்து நடனமாடிவிட்டுப் பிறகு வீடு திரும்புவார்கள். அந்த ஜாதுகிருகம், ஊரெல்லையில் இருந்தது...! இவர்கள் தங்கள் வீடு திரும்பிச் செல்லும் வழியில்..."

"ஆமாம்..."

"சரி... இப்போது சொல்...! வயதான நிஷாதப் பெண்மணி ஒருத்திக்கு ஐந்து மகன்கள் இருப்பதை அறிந்து வைத்துக்கொண்டு, அந்தணர்களுக்காக ஏற்பாடு செய்யப்பட்ட விருந்தில் அவர்களும் கலந்துகொள்ளுமாறு அழைத்தது யார்? அவர்களுக்கு அளவுக்

கதிகமான மது ஊற்றித் தரப்பட்டதா என்பதை உறுதிப்படுத்திக் கொண்டது யார்? நிறைய அந்தணர்களுக்கு நீ பலமுறை விருந்தளித் திருக்கிறாய். ஆனால், காட்டுவாசிப் பழங்குடிகளான நிஷாதர்களையோ, கிராதர்களையோ, சபர்களையோ, நாகர்களையோ எத்தனை முறை அப்படி அழைத்திருக்கிறாய்...? ஒவ்வொரு முறையும் மதுவை இப்படியா பரிமாறியிருக்கிறாய்?"

"இல்லை..."

அந்த நிஷாதப் பெண்ணின் கண்களில் குந்திக்கான மரண தண்டனை எழுதப்பட்டிருந்ததால்... அவளால் பொய் கூற முடிய வில்லை.

"அந்த ஒரு தடவை மட்டும்தானே அப்படிச் செய்தாய்?"

"ஆம்.. அந்த ஒருமுறை மட்டுமே..."

"இழிகுலத்தவர் என்று விலக்கி வைக்கப்பட்டிருந்த அவர்களை அந்த ஒரே ஒரு முறை மட்டும்தான் வரவேற்று உபசரித்தாய்... சரிதானே?"

"உண்மைதான்."

"அவ்வளவு மதுவையும் முட்ட முட்டக் குடித்திருந்த அந்த நிஷாதத் தாயும், அவளின் ஐந்து மகன்களும் உணர்ச்சியற்ற மரக் கட்டைகளைப் போல விழுந்து கிடந்தார்கள். அதைத் தெரிந்துகொண்டு இரகசிய சுரங்கப் பாதை வழியாகத் தப்பித்தீர்கள். அப்படித்தானே?"

"ஆமாம்! சரிதான்! அப்படித்தான் செய்தேன்."

"அந்த நிஷாத குலப்பெண் யார் தெரியுமா?"

"ஆனால்... அது நீ இல்லை..."

"ஆமாம்... அது, நான் இல்லை. அவள் என் மாமியார். நான் அவளின் மூத்த மருமகள். என்னோடு இருக்கும் இந்தப் பெண்கள் அவளின் மற்ற பிள்ளைகளின் மனைவிமார்."

"உங்களைப் பார்த்தால் விதவைகளைப் போலத் தோன்ற வில்லையே?"

அந்தக் கேள்விக்குப் பெருமிதத்தோடு பதிலளித்தாள் அந்த நிஷாதப் பெண்.

"வாழ்க்கையின் தேவைகளை நாங்கள் ஒருபோதும் மறுப்பதில்லை. விதவைகளானால் மறுமணம் செய்துகொள்ள எங்களுக்கு உரிமை உண்டு. எவருக்கு விருப்பமோ அவர், அவ்வாறு மீண்டும் மணந்து கொள்ளலாம். நாங்களும் அப்படியே செய்தோம். எங்களுக்குக் கணவர், குழந்தைகள் என உண்டு."

"இப்போது என்ன செய்ய எண்ணியிருக்கிறாய் நீ?"

"அதெல்லாம் ஒன்றும் இல்லை. கண்ணுக்குக் கண், பல்லுக்குப் பல் என்பதெல்லாம் அரச தர்மத்தைக் கடைப்பிடிப்பவர்கள் மேற் கொள்ளும் வழி. குருச்சேத்திரப் போரே அதன் பொருட்டாக நடந்ததுதான். சாதாரண மக்கள் வித்தியாசமானவர்கள்."

"சொல்... நான் என்ன செய்ய வேண்டும்?"

"இப்படி ஒரு பாவச் செயலைச் செய்திருப்பதுகூட உனக்கு நினைவில்லை. உன் தன்னலத்துக்காக ஆறு அப்பாவிகளை உயிரோடு பொசுக்கியிருக்கிறாய். உன் நியாயப் புத்தகத்தில் அது ஒரு குற்றமாகவே பதிவாகவில்லை. இயற்கை அன்னை வகுத்து வைத்திருக்கும் விதிகளின்படி, நீ உன் பிள்ளைகள், உன்னோடு கூட்டுச் சேர்ந்தவர்கள் என்று எல்லோருமே எங்கள் கண்களுக்கு முன்பு குற்றமிழைத்தவர்கள்."

அந்த நிஷாதப் பெண் இன்னும்கூட நெருங்கி வந்தாள்.

"காட்டைப் பார்த்தாயா.. எங்கே பார்த்தாலும் பிசின் நிரம்பிய மரங்கள். மரப்பிசின் எளிதில் தீப்பிடிக்கக் கூடியது என்பது உனக்குத் தெரியுமா?"

"ஆம்"

"அடிமரங்களிலும், மரக்கிளைகளிலும், மரப்பட்டைகளிலும் பிசின் வடிந்துகொண்டிருக்கும். நன்கு உலர்ந்து போயிருக்கும். ஊசியிலை மரத்தின் காய்கள், மரங்களிலிருந்து விழுந்து மலைச்சரிவு களில் உருண்டோடி வந்து பிசினை உராயும்போது பொறி பற்றிக் கொள்ளும். தீ மூளும். அதுதான் காட்டுத்தீ!"

"என்ன, காட்டுத்தீயா?"

"ஆமாம். காட்டில் வாழும் பிற உயிரினங்களைப் போலவே நாங்களும் காற்றில் எழும் வாசனையைக் கொண்டே காட்டுத்தீ வரப்போவதை ஊகித்துவிடுவோம். அவை இப்போது விரைந்தோடிக் கொண்டிருப்பது அதனால்தான். அவற்றைப் போலத்தான் நாங்களும் இப்போது வேகமாகச் சென்றுகொண்டிருக்கிறோம்."

"எங்கே போய்க்கொண்டிருக்கிறீர்கள்...?"

"எங்கோ.. எட்டாத ஒரு தூரத்துக்கு. இந்தக் காட்டுத் தீயால் தீண்ட முடியாத ஒரு இடத்துக்கு. மலைகளும் ஏரிகளும் வளைந்தோடும் நதிகளும் எங்கே உள்ளதோ அப்படி ஒரு இடத்துக்கு."

"இது காட்டுத் தீயேதானா?"

"ஆமாம்! ஆனால் குருடாகவும் பலவீனமாகவும் முதுமையின் தடுமாற்றத்துடனும் இருக்கும் மூன்று பேருக்கு அங்கே செல்வது

சாத்தியப்படாது. ஒருவரோ பிறவிக் குருடர். இன்னொருவர் குருட்டுத்தனத்தைத் தானே தேர்ந்துகொண்டவர். நீயோ மூன்று பேரிலும் மிகவும் மோசமான ஒரு குருடி. அப்பாவி மக்களைக் கொலைசெய்துவிட்டு அதைப் பற்றி அடியோடு மறந்தும்போனவள் நீ! உன்னால் மட்டுமே அது முடியும்!"

"நிஷாதப் பெண்ணே உன்னால் என்னை மன்னிக்க முடியாதா?"

"மன்னிப்புக்கோருவது அரச குலத்தவர்களுக்கே உரித்தான ஒரு வழக்கம். எங்களுக்கு அதெல்லாம் தெரியாது. நாங்கள் ஐந்துபேரும் இங்கே வந்தபோது மற்றவர்களும் எங்களோடு உடன் வந்தார்கள். இந்தக் காடுதான் எங்களைக் கவனித்துக்கொண்டது."

"ஆனால், காட்டுத் தீ வந்துவிட்டதே?"

"தீ... அதன் வேலையை அதன் போக்கில் செய்யும். பிறகு மழை பெய்து நெருப்பை அணைக்கும். வெந்துபோய் வெடித்துப்போன பூமியில் பச்சை மரங்கள் மறுபடியும் துளிர்க்கும்."

இவ்வாறு கூறியபடியே அங்கிருந்து விரைந்து சென்றாள் அந்த நிஷாதப் பெண்.

குந்தி சற்றும் அசையாமல் அமர்ந்திருந்தாள். அவள் மனம் ஆசை, விருப்பம், எண்ணம், உணர்வு என எதுவுமே இல்லாது வெறுமையாய்க் கிடந்தது.

அவள் எழுந்துகொண்டாள். இப்போது அவள் ஆசிரமத்துக்குத் திரும்பிச் செல்வாள். அங்கே காட்டுத் தீயை எதிர்நோக்கிக் காத்திருப்பாள். திருதராஷ்டிரரும் காந்தாரியும் நூறு பிள்ளைகளைப் பறிகொடுத்துவிட்டுத் தங்கள் மரணத்துக்காகப் பொறுமையாகக் காத்திருக்கிறார்கள். கடைசி ஈமநெருப்பில் தாங்கள் இரையாகப் போகும் நாளுக்காகக் காத்திருக்கிறார்கள்.

இப்போது குந்தியும் மரணத்தை வரவேற்றுக்கொண்டிருக்கிறாள். காட்டுத்தீயில் பொசுங்கியபடி... இறந்துபோன ஒரு நிஷாதப் பெண்ணிடம் மன்னிப்புக் கோரி அவள் முறையிடுவாள். அரச நெறிமுறைகளின் படி அப்பாவிகளைக் கொன்றதற்காக மன்னிப்புக் கேட்பது பொருத்தமானதுதானா?

குந்திக்கு அதுபற்றி எதுவும் தெரிந்திருக்கவில்லை.

☆

தலாக்

மஹாஸ்வேதா தேவி

"சொத்து பத்து எதுவும் இல்லை! ஒரு கோழிப் பண்ணைகூட இல்லை. இப்படி ஒரு மாப்பிள்ளையை நீங்களாப்பா தேர்ந் தெடுத்தீங்க?" என்று திருமணத்துக்குப் பிறகு தன் தந்தையிடம் கேட்டாள் குல்சம்.

"ஒருவேளை யாரையாவது சுவீகாரம் எடுத்துக்கலாம்னு நினைச்சிருந்தீங்களோ?"

...போகப் போக, தன் கணவன் அர்ஷுத் நிதானப் போக்குடைய ஒரு மனிதன் என்பதை அவள் தெரிந்துகொண்டாள். அமைதியாக வாழ்வது எப்படி என்பதை அவன் அறிந்து வைத்திருந்தான்.

"உன்னோட அப்பா கொடுத்திருக்கிற பணத்தை வச்சு ஒரு கோழிப்பண்ணை உருவாக்கினா என்ன? முட்டைகளையெல்லாம் வித்துப் பொழச்சுக்கலாம். நம்ம குடும்பத்துக்கு அதுவே போதும்."

குல்சமின் அப்பா, அவளுக்குக் கொடுத்திருந்த பணத்தை வைத்து அவர்கள் கோழிக் குஞ்சுகளையும், வாத்துகளையும் வாங்கினார்கள். முட்டை விற்ற முழுப் பணமும் குல்சம் கைக்கு வந்துவிடும். அர்ஷுத் ஒரு குதிரையைப் போல மிகக் கடுமையாக உழைப்பான். கோழிக் குஞ்சுகளையும், முட்டைகளையும் விற்பதற்கு 'டையமண்ட் ஹார்பர்' வரை போவான். சம்பாதித்த பணத்தை யெல்லாம் அப்படியே மனைவியின் கையில் கொடுத்துவிடுவான். அதனால் குல்சமும் மகிழ்ச்சியுடன்தான் இருந்தாள்.

தன் அக்காவைப் போல ஒரு வெற்றிலைக் கொடிக்காலோ, தங்கை போல மூன்று ஏக்கர் நிலமோ அவர்களுக்கு இல்லாமல் இருந்திருக்கலாம். ஆனால் மன நிம்மதியும், நிறைவும் கொண்டவர் களாகவே அவர்கள் இருந்தனர்.

சாணி பொறுக்குவதற்கோ, விறகு சேகரிப்பதற்கோ குல்சமை அர்ஷத் ஒருநாளும் அனுப்பியதில்லை. கடைகளுக்குப் போய்ப் பலசரக்கு வாங்கும் வேலைகூட அவளுக்கு இல்லை. அவள்மீது எல்லோருக்குமே பொறாமை இருந்தது. அவள் வீட்டுக்கு அவ்வப் போது வந்து செல்லும் அவள் தந்தை 'கோனு',

"இங்கே ரொம்ப நிம்மதியாக இருக்கு, 'ஃபூலி', 'டூலி' இவங்க கிட்டே பணம் இருந்தாலும் மனசு அமைதியா இல்லை" என்பார்.

பல வருடங்களுக்கு மேல் அங்கே அமைதி மட்டுமே ஆட்சி செய்துகொண்டிருந்தது. குல்சமின் மகன், பள்ளிப் படிப்பை முடித்து ஒரு கப்பல் கம்பெனியில் வேலை தேடிக்கொண்டான். அவனுக்குத் திருமணமும் ஆகிவிட்டது. இப்போது கிதிர்பூரில் வசித்து வந்தான் அவன்.

கோனு, தன் மூன்று மகள்களையும் வெவ்வேறு குணம் கொண்ட மூன்று மாப்பிள்ளைகளுக்குத் திருமணம் முடித்து வைத்திருக்கிறார் என்று எல்லோரும் சொல்வதுண்டு. ஆனால் அவர்கள் மூவரிலும் ஒரு சந்தோஷமான வாழ்க்கையைப் பெற்றிருந் தவள் 'கூலி' தான் (குல்சம்). அவள் மகனும்கூட நன்றாக உருவாகி விட்டான். அவன் ஏன் அப்படி உருவாகாமல் இருக்கப்போகிறான்? அவனுடைய தந்தைதான் தினமும் அவனைப் பள்ளியில் கொண்டு போய் விட்டுவிட்டு, மாலையில் திரும்ப அவனை அழைத்துக் கொண்டு வந்துவிடுவாரே? தான் படிக்காதவராக இருந்தாலும் ஒவ்வொரு நாள் மாலையும் அரிக்கேன் விளக்கை ஏற்றி வைத்துப் படிக்கப் பாய் விரித்து வைத்து மகன் படிக்க உட்கார்ந்துவிட்டானா என்று உறுதி செய்துகொள்வார் அவர். கூலி, உண்மையிலேயே கொடுத்து வைத்தவள்தான்!

கூலி மிகவும் அதிருஷ்டசாலி என்று ஊர்மக்கள் பேசிக் கொண்டார்கள். மகன் அனுப்பும் பணத்தையெல்லாம் பித்தளைப் பாத்திரத்தில் போட்டு பூமிக்கடியில் புதைத்து வைத்து சேமித்து வந்தாள் அவள். வீட்டுச் செலவுக்கு முட்டை விற்ற காசை வைத்துக் கொள்வாள். அடுத்த மழைக்காலம் தொடங்குவதற்கு முன், புதிதாக ஒரு வீடு கட்டி அங்கே குடிபோய்விட வேண்டுமென்பதே அவளது திட்டம். ஆனால், திடீரென்று அவள் கனவுகளெல்லாம் கலைந்து போயின.

அக்கம் பக்கத்தில் வசிக்கும் எல்லோருக்கும் முன்னால் வைத்து, அர்ஷத் அவளைப் பார்த்து எப்போது 'முத்தலாக்' சொன்னானோ... அந்த நாளில் அவை எல்லாமே கலைந்து போய்விட்டன.

"உன்னாலே சும்மாவே இருக்க முடியாதா? எப்ப பார்த்தாலும் ஏதாவது சொல்லிக்கிட்டேதான் இருந்தாகணுமா? யோசிக்காம பேசிடற ஒரே ஒரு வார்த்தை, அண்ணன் தம்பியைக்கூட ஒருத்தரை

ஒருத்தர் கொலை பண்ண வச்சிடுது. ஒரே ஒரு தீக்குச்சியை வச்சுக்கிட்டு பெரிய நெருப்பைக்கூட உண்டாக்கிட முடியும்னு உனக்குத் தெரியாதா என்ன...?" என்று இதே அர்ஷத் அவளிடம் திரும்பத் திரும்பப் பலமுறை சொல்லியிருக்கிறான்.

அவர்களது பேரனுக்கு உடல்நிலை சரியில்லாமல் போனபோது கூலிக்கு எதிராக ஒரு புயலைக் கிளப்பியவனும் இந்த அர்ஷத் மட்டும்தான். உடல்நலம் பாதிக்கப்பட்ட அந்தக் குழந்தையை உள்ளூர் ஹோமியோ மருத்துவரிடம் அழைத்துச் செல்வதா அல்லது நகரத்திலிருக்கும் டாக்டரைத் தேடிப் போவதா என்பதே பிரச்சினை. அவர்கள் இப்போதைக்கு இங்கே இருப்பதால் இங்கிருக்கும் நிதாய் டாக்டர் முதலில் பார்க்கட்டும், கொல்கத்தாவுக்குத் திரும்பிப் போனபிறகு வேறு எவராவது ஒரு மருத்துவரிடம் அழைத்துக் கொண்டு போகலாம் என்பது கூலி சொன்ன யோசனை.

கூலியின் மருமகள், அர்ஷத்துக்கு சொந்தக்காரப் பெண்.

"உங்களால் முடியும் என்கிறபோது, உங்களுக்கு வசதி இருக்கும் போது அப்படி ஏன் செய்யவேண்டும்? நிதாய் டாக்டரிடம் ஏன் அவனைக் கொண்டு போக வேண்டும்" என்று அவள் தந்தை கேட்டார்.

"அந்தப் பொம்பளை என்ன வேணும்னாலும் சொல்லிக்கட்டும். அவன் என்னோட சதை... என்னோட இரத்தம். அவனை டையமண்ட் ஹார்பருக்குத்தான் கூட்டிக்கிட்டுப் போவேன்" என்றான் அர்ஷத்.

கூலி, மறுபடியும் பேச ஆரம்பித்தாள்.

"உங்களுக்கு திடீர்னு பணம் கொழுத்துப் போயிடிச்சு போல இருக்கு."

"ஆமாம், அத்தனை பணத்தையும் நீ எதுக்கு இப்படிப் புதைச்சு வச்சிருக்கே?" என்று கேட்டான் அர்ஷத்.

"நான்தான் சொல்லிட்டேனே...? உங்க பேரனுக்குப் பால் வேணும்கிறதுக்காக அந்தப் பணத்தை வச்சு நான் ஒரு பசுமாட்டை வாங்கலாம்னு நினைக்கிறேன்."

"முதலிலே அவனை உயிரோட கொண்டு வந்து சேர்ப்போம். நீ பாலுக்கெல்லாம் ஏற்பாடு செய்யறதுக்கு முன்னாலே அவனை நல்லபடியா முதல்லே ஆக்குவோம்."

"சரி! உங்ககிட்டே பணம் இருந்தா டாக்டர்கிட்டே கூட்டிக்கிட்டுப் போங்க."

"அது, உன்னோட பணம் அப்படிங்கிற திமிரிலேதானே இப்படிக் கறாராப் பேசிக்கிட்டிருக்கே நீ."

"ஏ முட்டாள்! அப்படியே இருந்தால்தான் அதிலே என்ன வந்தது?"

அதற்குப் பிறகு, கண்மண் தெரியாத கோபத்துடன் உச்சஸ்தாயியில் சத்தம் போடத் தொடங்கினான் அர்ஷத். கூலியும்கூட ஆவேசமாகக் கூச்சல் போட ஆரம்பித்துவிட, சண்டையை வேடிக்கை பார்க்க அக்கம் பக்கமெல்லாம் ஒன்றுகூடிவிட்டது.

கடைசியில் வெறுப்போடு ஒரு முடிவுக்கு வந்த அர்ஷத்,

"அப்படின்னா சரி! நமக்குள்ளே 'தலாக்' பண்ணிக்கலாம்" என்றான்.

"என்னது? 'தலாக்'கா?"

"ஆமாம்!" என்று சொல்லிவிட்டு, 'தலாக்', 'தலாக்', 'தலாக்' என்று மூன்று தடவை உரக்கக் கத்தினான் அர்ஷத்.

"அட அல்லாவே! இப்படிப் போய் செஞ்சிட்டீங்களே" என்று கூச்சல் போட்டபடி மயக்கம் போட்டுத் தரையில் சுருண்டு விழுந்தாள் கூலி.

அவள் சுயநினைவுக்கு மீண்டபோது, புண்பட்ட தன்னகங்காரத் தோடு துடித்துக்கொண்டிருந்தாள்.

"சரி! எல்லாத்தையும் நீங்களே வச்சுக்குங்க" என்று கத்தினாள்.

பித்தளைப் பாத்திரத்திலிருந்து நாலாயிரம் ரூபாயையும், அதோடு கூடவே தன் தங்க வளையல்களையும், வெள்ளிக் கொலுசுகளையும் சின்ன மூட்டையாகக் கட்டிக்கொண்டாள். 'தாட்தோபி'யில் இருக்கும் தன் அக்கா ஃபூலியின் வீட்டுக்கு நடையைக் கட்டினாள்.

"எவ்வளவு சீக்கிரம் முடியுமோ, அவ்வளவு சீக்கிரம் இங்கே இருந்து போயிடுவேன். பையனே அவனை கவனிச்சுக்கட்டும். அந்தக் காட்டுமிராண்டியோட முகத்திலே இனிமே ஒரு தடவைகூட முழிக்க மாட்டேன்" என்று அவர்களிடம் சொன்னாள்.

"உனக்கு இப்ப ஐம்பது வயசாச்சு! அவனுக்கு அறுபது இருக்கணும். இனிமேல் எங்கே போகப் போறே? பேசாம இங்கேயே இருந்திடு. உங்கிட்டேயோ பணம் இருக்கு. எதுக்குக் கவலைப்படறே" என்றாள் ஃபூலி.

"இப்படி ஒரு ஏமாத்துக்காரனை நீ எப்பவாவது பார்த்திருக்கியா..." என்று ஆரம்பித்தபடி கணவன் தனக்கு முன்னால் இருப்பதைப் போலவே பாவித்துக்கொண்டு இப்படிப் பேசித் தீர்த்தாள் கூலி.

"நீயோ ஒரு ராத்திரிக்குருடு. ராத்திரிப்பொழுது வந்தா உனக்கு ஒழுங்கா கண்ணு தெரியாது. கதவுக்குப் பக்கத்திலே சிம்னி விளக்கை ஏத்தி வச்சுக்கிட்டு ராத்திரியிலே நீ வீட்டுக்கு வழி கண்டுபிடிச்சு வரணுமேன்னு நான் நிப்பேன். உனக்கு மெத்து மெத்துன்னு இருக்கிற

போர்வைதான் பிடிக்கும். கிழிசலே இல்லாத துணியிலே இருந்து உனக்கு நான் அதைச் செஞ்சு தருவேன். பச்சை மொளகாய் இல்லாட்டா உனக்கு சாப்பாடே இறங்காது. வீட்டிலேயே செடி வச்சு அதை உண்டாக்கி, தினப்படி உன் சாப்பாட்டிலே அது கட்டாயம் இருக்கிற மாதிரி நான் பார்த்துக்குவேன். உனக்குன்னே புதுசா ஒரு மூக்குக் கண்ணாடி வாங்கித் தந்தேன். வெளியே போனப்ப ரயிலிலே நீ அதைத் தொலைச்சுட்டு வந்தே. உனக்கு நான் இன்னொண்ணு கூட வாங்கித் தந்திருப்பேன். ஆனால் அதுக்குள்ளே நீ எனக்கு 'தலாக்' சொல்லிட்டே. ஏன் அப்படிச் செஞ்சே? உன்னோட பேரனுக்காகவா? நம்ம பையன் சின்ன வயசா இருக்கும்போது இருமலோ, காய்ச்சலோ வராமலா இருந்தது? எனக்கு டைபாய்டு காய்ச்சல் வந்தப்பகூட நிதாய் டாக்டர்தானே சரியாக்கினாரு? நம்ப 'பலாயி' யோட (பேரன்) வியாதியை அவரால சரிப்படுத்த முடியாதா என்ன?"

"சரி சரி... இப்ப அதைப் பத்தியெல்லாம் நெனச்சுக்கிட்டிருக் காதே" என்று சொன்னபடி அவள் அக்கா ஃபூலி, தன் வேலையைப் பார்க்க நகர்ந்து போனாள். உண்மையில் அப்படிப்பட்ட ஒரு சம்பவம் நடந்துபோனதில் அவளுக்கு இரகசியமான ஒரு சந்தோஷம் கூட இருந்தது. அவளுடைய கணவருக்கு அவளோடு கூடவே இன்னும் இரண்டு பெண்டாட்டிகள் இருந்தார்கள். அதனால் அவரோடு அவள் எப்போதும் சண்டை போட்டுக்கொண்டே இருப்பாள். கூலியின் மணவாழ்க்கை நிறைவாகவும் மகிழ்ச்சியாகவும் இருந்து வந்ததில் அவளுக்கு எப்போதுமே ஒரு பொறாமை இருந்து கொண்டிருந்தது. இப்போது மனம் இலேசாகிப்போனதில் மகிழ்ச்சியோடு தன் மகனை அழைத்தாள் அவள்.

"போ! போய்த் தூண்டில் போடு! மீன் அவளுக்கு ரொம்பப் பிடிக்கும். இதையும் கூடவே கேட்டுக்கோ! அவளோட ஒட்டிக்கிட்டே இரு. சந்தர்ப்பம் கிடைக்கிறப்ப உனக்கு ஒரு குடை வாங்கித் தர முடியுமான்னு அவகிட்ட கேளு."

அக்காவோடு இருந்தபோது, அர்ஷத்தின் தந்தைவழி உறவுக்காரப் பெண் ஒருத்தி, அவனோடு தங்கியிருக்க வந்திருக்கிறாள் என்பதைக் கேள்விப்பட்டாள் கூலி. அவர்களுக்கிடையே புதிதான நெருக்கம் ஒன்று அரும்பியிருந்தது என்பதையும், தினசரி சாப்பாட்டோடு 'சிக்க'னும் கூடச் சாப்பிடுகிறார்கள் என்பதையும் தெரிந்து கொண்டாள். கூலியின் மகன் இன்னும் விடுமுறை எடுத்துக்கொண்டு வீடு திரும்பியிருக்கவில்லை.

"உன்னோட குடும்பத்து மேலே உனக்கு ரொம்ப ஒட்டுதல் இருக்கு கூலி! பாரு... இப்ப என்ன நடந்திருக்குதுன்னு! தெரிஞ்சோ

தெரியாமலோ நீ பயங்கரமான ஏதோ ஒரு பாவத்தைச் செஞ்சிருக்கணும். இல்லேன்னா அல்லா உன்னை இப்படியெல்லாம் ஏன் தண்டிக்கணும்?"

இப்படிப் பேசியதற்காக அக்கா ஃபூலியிடம் கோபித்துக் கொண்டு தங்கை வீட்டுக்குக் கிளம்பிப் போனாள் கூலி.

"இத பாரு! பேசாம இங்கேயே இரு. உன்கிட்ட பணம் இருக்கு. ஒரு பிரச்சினையும் இல்லை. கொஞ்சம் வாத்து, கோழின்னு எதையாவது வாங்கிக்கோ. இங்கேயே ஒரு வீடும் கட்டிக்கோ" என்றாள் தங்கை டூலி.

"அந்த வேலையெல்லாம் நான் எப்பவோ தூக்கிக் கடாசியாச்சு. இனிமேல் என்னாலே அதைத் திரும்பப் பண்ண முடியாது."

கற்பாறைபோல இறுகிப்போன முகபாவனையோடு இப்படிப் பதிலளித்தாள் கூலி. தன் மனம், பற்றிக்கொண்டு எரிவது போலிருந்தது அவளுக்கு. எதை விட்டுவிட்டு அவள் வந்தாளோ... அதற்குள் அவளால் திரும்பிப் போய்விட முடியுமா என்ன? எவ்வளவு அக்கறையோடும் ஒட்டுதலோடும் அவள் அந்தக் குடும்பத்தைப் பராமரித்திருப்பாள்? அதே மாதிரியான பழைய ஒட்டுதலோடு அவளால் இனிமேலும் இருக்க முடியுமா? பறவைகளுக்குத் தீனி போடுவதும், மாலை மங்கிய உடன் கோழிகளையெல்லாம் தேடிப்பிடித்துக் கொண்டு வந்து கூட்டுக்குள் அடைத்து வைப்பதும் இனிமேல் அவளால் முடியுமா?"

ஒருநாள் அவளைப் பார்க்க அவள் மகன் வந்தான்.

"வீட்டுக்கு வந்துடும்மா. எல்லாமே எப்படியோ தாறுமாறாய்ப் போயிக்கிட்டிருக்கு" என்றான்.

"இத பாரு! முன்னே பின்னே தெரியாத ஒரு ஆளோட போய் இனிமே நான் இருப்பேன்னு நெனக்கிறியா? உங்கப்பா ஒண்ணும் இனிமேல் என்னோட வீட்டுக்காரர் கிடையாது. அது உனக்குத் தெரியுமில்லை?"

"அவர் என்ன சொல்றாருன்னா..."

"ம்... சொல்லு!"

"நடந்தது என்னவோ நடந்துபோச்சு. அதுக்கு என்ன செய்யறதுங்கிறாரு. எல்லாத்துக்குமே ஒரு வழி இல்லாம இல்லை. அது மட்டுமில்லாம..."

"ம்... சொல்லு, வேறென்ன?"

"அப்பா எதுவுமே சாப்பிட மாட்டேங்கிறாரு! தான் செஞ்சதை நெனச்சு நெனச்சு நாள் பூரா அழுதுக்கிட்டேதான் இருக்காரு."

அப்போது வினோதமான ஒரு மகிழ்ச்சி உணர்வு தன்னுள் படர்வதை உணர்ந்தாள் கூலி.

“சரி. வேற என்னதான் சொல்றாரு அவரு.”

“நான் யாருக்காக வாழ்ந்துக்கிட்டிருக்கேனோ அவளுக்குப் போய் ‘தலாக்’ சொல்லிட்டேனேங்கிறாரு. என் பெண்டாட்டியோட தாத்தா, இதுக்கு வேறொரு வழி இருக்குன்னு சொல்றாரும்மா.”

“என்ன அது?”

கால்களை மாற்றி மாற்றிப் போட்டுக்கொண்டு, அசௌகரிய மாக அசைந்து தயங்கியபடி அதற்குமேல் பதிலளிக்கத் தயங்கிய அவள் மகன்,

“அவங்களே உன்கிட்டே சொல்லுவாங்க” என்று முடித்துக் கொண்டான்.

டூலியின் வீட்டுக்கு அவர்கள் வந்தார்கள். தேநீர், பிஸ்கட், வெற்றிலை என்று எல்லாச் செலவும் கூலியுடையது. அவள் மருமகளின் தாத்தா, ஓர் ஆரம்பப் பள்ளி ஆசிரியர்; வயதானவர்; நல்ல அறிவாளி. அவர்மீது எல்லோருக்குமே நல்ல மதிப்பு இருந்தது.

வீட்டுக்குள் இருந்தபடியே அங்கே நடக்கும் பேச்சுவார்த்தை களைக் காது கொடுத்துக் கேட்டுக்கொண்டிருந்தாள் கூலி.

கிழவர், தொண்டையைச் செருமிக்கொண்டு பேச ஆரம்பித்தார்.

“ஹரா... அப்படின்னா நீ என்னதான் சொல்றே? உங்க அம்மா, தன்னோட புருஷனும், குடும்பமும் திரும்பத் தனக்கு வேணுங்கிறாளா..? என்ன, அப்படியா சொல்லு?”

கூலியின் கண்கள் நிறைந்து தளும்பின.

“ஆமாம்! அதிலே ஒண்ணும் சந்தேகம் இல்லை” என்றான் ஹரா.

“அப்படின்னா சரிதான்! அது ஒண்ணும் பெரிய பிரச்சினை இல்லை. என்ன, கொஞ்சம் காசு, பணம் செலவழிக்க வேண்டி யிருக்கும். அவ்வளவுதான்.”

குல்சம் (கூலி) மறுபடியும் ஒரு திருமணம் செய்துகொண்டாக வேண்டுமென்று அவர்கள் ஆலோசனை அளித்தனர். இர்ஃபான் மொண்டல் ‘நிக்கா’வுக்குத் தயாராக இருக்கிறான். ஒரு சில நாட்களுக்குப் பிறகு அவன் குல்சமை ‘தலாக்’ செய்துவிடுவான். பிறகு அவள் அர்ஷத்தை மீண்டும் திருமணம் செய்துகொள்ள எந்தத் தடையும் இல்லை.

கூலி அதைக் கேட்டு அதிர்ந்துபோனாள். முப்பத்தைந்து ஆண்டுக்கால மண வாழ்க்கையில் இன்னொரு ஆண்மகனை அவள் ஏறெடுத்துக்கூடப் பார்த்ததில்லை. வீட்டுக்கு ஆண் உறவினர்கள் விருந்தாளிகளாக வரும்போதுகூடத் தன்னுடைய மகன் மூலமாகத் தான் அவள் அவர்களுக்கு விருந்தோம்பல் செய்திருக்கிறாள்.

இப்போது, இந்த வயதில், இருபத்தேழு வயது மகனையும் வைத்துக் கொண்டு இப்படி ஒரு காரியத்தை அவளால் எப்படிச் செய்ய முடியும்?

"சரி... போங்க! எக்கேடும் கெட்டுப்போங்க" என்று கோபத் தோடு சொல்லிவிட்டு அவர்கள் கிளம்பிச் சென்றுவிட்டார்கள்.

அதற்கு மறுநாள் அழுதுகொண்டே கூலியிடம் வந்தான் அர்ஷத்.

"கூலி! கொஞ்சம் விஷயத்தைப் புரிஞ்சுக்க. நாம இந்த மாதிரி செய்யாட்டி அது பாவம்னு ஆயிடும். இல்லாட்டிப் போனா, இப்படி ஒரு காரியத்துக்கு நான் சம்மதிச்சிருப்பேன்னா நெனக்கிறே?"

"அதுக்கு என்னை என்ன பண்ணச் சொல்றே?"

யார் பேச்சும் அவள் காதில் ஏறுவதாய் இல்லை.

"நான் தற்கொலை பண்ணிப்பேன்னு அவகிட்டே சொல்லுங்க. பாலிடால் சாப்பிட்டிடறேன்."

வீட்டுக்குள்ளிலிருந்து அம்பு போலப் பாய்ந்து வெளியே வந்தாள் கூலி.

"டூலி! அவர்கிட்டே இதை மட்டும் சொல்லு. வீட்டு வாசல்படி இறங்கிக் கடைக்குப் போய் ஒரு சாமான் வாங்கக்கூட அவர் என்னை விட்டதில்லை. வீட்டிலே இருந்து எங்கேயுமே நான் தனியாக்கூடப் போனதில்லை. அந்த மனுஷனாலே அதே ஆளாலே இப்படி ஒரு காரியத்தைச் செய்யச் சொல்லி என்னை எப்படித்தான் கேக்க முடியுது?"

அழுகையைக் கட்டுப்படுத்திக்கொள்ள முடியாமல் அர்ஷத் வெளியே சென்றான். அவன், தன் சொத்துக்களையெல்லாம் விற்றுவிட்டான் என்றும் ஃபகீராக (சந்நியாசி) முடிவெடுத்துவிட்டான் என்றும் சில நாட்கள் சென்றபின் அவர்கள் கேள்விப்பட்டார்கள். கோழிப்பண்ணை, வீடு என்று எல்லாவற்றையும் ஐந்நூறு ரூபாய் கொடுத்து நிதாய் டாக்டர் வாங்கிக்கொண்டுவிட்டாராம்.

அன்று முழுவதும் அமைதியாக இருந்த கூலி, பிறகு அமைதியாக இப்படிச் சொன்னாள்.

"என்னோட வளை, ஒட்டியாணம் எல்லாத்தையும் அங்கேதான் நான் விட்டுட்டு வந்திருக்கேன் டூலி! பத்திரமாக இருக்கணும்னு அங்கேயே புதைச்சு வச்சிருக்கேன். இப்ப போய் அதெல்லாத்தையும் எடுத்துக்கப் போறேன்."

"ஹராவோட அப்பா அங்கே இருக்கும்போதேயா?"

"ஒரே ஒரு நிமிஷம்தான். உடனே திரும்பிடுவேன். அந்த இடம் நிதாய் டாக்டருக்குக் கை மாறிடிச்சுன்னா அப்புறம் நான் அங்கே போக முடியாதில்லையா?"

டூலியும் அவள் கணவரும் ஒருவரை ஒருவர் இரகசியமாகப் பார்த்துச் சிரித்துக்கொண்டனர். பெரிதாக எதுவும் இல்லை யென்றாலும் சுவாரசியமான ஒரு தீனி அவர்களுக்காக நிச்சயம் காத்திருக்கிறது.

"ஆமாம்... தனியாவா போவே?"

"எனக்கு வயசாச்சு! பயப்பட எதுவும் இல்லை!"

நள்ளிரவு நேரத்தில் ஐந்து மைல் நடந்து தன் சொந்த வீட்டுக்குச் சென்றாள் கூலி. சுற்றிலும் அமைதி மட்டுமே நிறைந்திருக்க, ஒரு பாயில் படுத்துக் கிடந்தான் அர்ஷத். அவன் அருகில் சென்ற அவள் பாய்க்கு வெளியே தரையில் நீண்டு கிடந்த அவன் கால்களை மெள்ளத் தட்டினாள்.

"யாரது? என் பெண்டாட்டியா...?"

"ஏ முட்டாள்! கொஞ்சம் பேசாம இரு. இப்ப நான் ஒண்ணும் உன் பெண்டாட்டி இல்லை. இதை மட்டும் கேளு. நம்ம காசு, பணம், நகைன்னு எல்லாத்தையும் நான் மூட்டை கட்டி மண்ணுக்குள்ளே புதைச்சி வச்சிருக்கேன்னு டூலிகிட்டே எதையோ சொல்லி எப்படியோ அவகிட்டே இருந்து நழுவிக்கிட்டு இங்கே வந்திட்டேன். வா, நாம இரண்டு பேரும் இந்த இருட்டிலேயே இங்கே இருந்து போயிடலாம்."

"எப்படி?"

"ரயிலிலேதான். முன்னாடி ஒரு தரம் நாம ரெண்டு பேரும் போயிருக்கோம். ஞாபகம் இருக்கா உனக்கு? கொல்கத்தா போவோம். அங்கே தங்கறதுக்கு இடத்தைப் பார்த்துக்குவோம். 'பெக்பேகன்' ஆஸ்பத்திரிக்கும் போகலாம். நாம இருக்கிற இடத்திலே அந்த ரூமோட ஒரு பக்கம் நீ இருந்துக்க. இன்னொரு பக்கம் நான் இருந்துக்கிறேன். அங்கே ஏதாச்சும் ஒரு வேலை தேடிக்கலாம். நீ பீடி சுத்தற வேலையைப் பாரு. நான் மண்பானையிலே அரிசி வச்சு சோறு வடிக்கிறேன். நீ அதை எடுத்துக்கிட்டுப் போ. அப்படி இருக்கிறதிலே எந்தப் பாவமும் இல்லை."

"ஆனா, நாம இரண்டு பேரும் ஒரே ரூமிலே எப்படி?"

"அந்த ஆஸ்துமாக்கார இர்ஃபானோட போய் என்னை இருக்கச் சொல்றியே! அதைவிட இது தேவலைதானே?"

"ஆமாம்... ஹரா என்ன சொல்லுவான்?"

"அவனுக்கு என்ன தோணுதோ அதை அவன் சொல்லிக்கட்டும். இனிமே நாம ஒண்ணும் புருஷன் பெண்சாதி இல்லைங்கிறதை மட்டும் அவன்கிட்டே சொல்லிடுவோம். இத்தனை வருஷத்துக்கப்புறம் அதுவே நமக்குப் பழகியும் போச்சு. நம்ம இரண்டு பேராலேயுமே

ஒருத்தரை விட்டு இன்னொருத்தர் இருக்க முடியாது. இதைப் பாவம்னு சொல்லணும்னு நீ நெனச்சா அப்படியே சொல்லிக்கோ!"

"ஆமாம்... மத்தவங்க என்ன சொல்லுவாங்க?"

"அவங்களுக்கு எப்படி விருப்பமோ அப்படிச் சொல்லிக்கட்டும். விடு! எழுந்திரிச்சு வா!"

அந்த இரவு நேரத்தில், திருடர்கள்போல மெள்ள ஊர்ந்து சென்று அவர்கள் இரயில் நிலையத்தை அடைந்தனர்.

மறுநாளே அவர்கள் செய்த அந்தக் காரியம் கிராமம் பூராவும் தெரிந்துவிடும். அந்த ஊர் முழுவதும் அவர்களைத் தூற்றப்போகிறது. இவற்றில் எதைப் பற்றியுமே கூலி கவலைப்படவில்லை.

"எனக்குப் பார்வை சரியா இல்லை! எதையும் பார்க்க முடியலை. உன் கையைக் கொடு" என்றான் அர்ஷத்.

"இந்தா உன் கையிலே இருக்கிற கழியிலே ஒரு முனையை நீ பிடிச்சுக்கோ! இன்னொரு பக்கத்தை நான் பிடிச்சுக்கிறேன். இனிமே உன்னோட கையை என்னாலே பிடிச்சுக்க முடியாது. பார்த்து கவனமா வா. இல்லேன்னா, தடுமாறி விழுந்திடப்போறே..."

☆